I0691021

'बाई ग, तू पुरुष नाहीएस!'

अपूर्वा पुरोहित रेडीओ सिटी ९१.१ एफ. एम.च्या सी.ई.ओ. आणि आय आय एमच्या पदवीधर आहेत. मिडिया आणि एन्टरटेन्मेंट क्षेत्रातील खूप थोड्या महिला सी.ई.ओ. पैकी त्या एक आहेत. आणि गेल्या २५ वर्षातील कॉर्पोरेट क्षेत्रातील सेवेत खूप मोठा काळ त्या मिडिया क्षेत्राशी निगडीत आहेत.

अपूर्वाला पुरुषांबद्दल काही एक आकस नाही. स्त्री पुरुषाइतकीच सक्षम आहे, कधीतर जास्तच आणि तिने आता अवकाशातलं मोठं स्थान व्यापलं पाहिजे, असं त्यांना कळकळीने वाटतं.

अपूर्वा शी आपण संपर्क साधू शकता:

१. allwomenatwork@gmail.com

२. www.twitter.com/apurva_purohit

३. www.facebook.com/LadyYoureNotaMan

४. www.womenatwork.co.in

'बाई ग, तू पुरुष नाहीएस!'

लेखक
अपूर्वा पुरोहित

अनुवाद
शर्मिला रानडे

VISHWAKARMA **VP**

विश्वकर्मा पब्लिकेशन्स

'बाई ग, तू पुरुष नाहीएस!'

'LADY YOU'RE NOT A MAN!'

First Published by : Rupa Publications

प्रथमावृत्ती–२०१५

© अपूर्वा पुरोहित

ISBN 978-93-83572-34-2

मूळ प्रकाशक – रुपा पब्लिकेशन्स.
मराठी रूपांतराचे प्रकाशक – विश्वकर्मा पब्लिकेशन्स, पुणे

सर्व हक्क राखीव. प्रकाशकाच्या पूर्वपरवानगीशिवाय या पुस्तकातील कोणताही भाग, कोणत्याही स्वरुपात किंवा कोणत्याही प्रकारे पुनर्मुद्रित, अनुवादित अथवा रुपांतरित करता येणार नाही.

प्रकाशक
विश्वकर्मा पब्लिकेशन्स
२८३, बुधवार पेठ, सिटी पोस्टाजवळ, पुणे ४११००२.
दूरध्वनी: +९१-२०-२०२६११५७
ई मेल: info@vpindia.co.in
वेबसाईट: www.vpindia.co.in

अनुवाद: शर्मिला रानडे

मुद्रितशोधन
विश्वकर्मा पब्लिकेशन्स

मुखपृष्ठ
मेघनाद देवधर – विश्वकर्मा पब्लिकेशन्स

अक्षरजुळणी : प्रोव्हिज डिजाइन

अनुक्रमणिका

दहा धडे यशाचे

प्रस्तावना

आई गं! पहाटे ५. ३० ला गजर वाजतो आणि मी धडपडत उठते. मला अजून एका तासाची झोप, खरं तर आवश्यक आहे. पण.........धन्य तो गजर! हा खरं ज्याच्यासाठी लावलाय तो मात्र माझ्या शेजारी घोरत पडलाय आणि तो तसाही गायक असल्या कारणाने अगदी सुरात घोरतोय! मी त्याला उठवते, पण काही एक उपयोग नाही.

परत ५. ४५ ला गजर वाजतो. आणि मग परत ६ वाजता. आणि मग शेवटी नवरा त्याच्या साखरझोपेतून जागा होतो आणि फिरायला जाण्याच्या तयारीला लागतो. आपल्याला हव्या त्या वेळेआधी अर्धा तास आधी गजर लावण्याच्या त्याच्या ह्या सवयीचा मी कित्येक वर्षं निष्फळपणे धिक्कार करते आहे. माझ्या मते जर तुम्हाला ६ वाजता उठायचे असेल तर ५. ५५ चा गजर लावावा. पण नवऱ्याच्या मतानुसार वेळेआधी वाजणारा गजर हा अतिशय आवश्यक आहे. आपल्या गाढ निद्रेला अर्धजागृत अवस्थेतून बाहेर आणण्यासाठी! त्याच्यानंतर मग मला वाटतं, ४५ मिनिटं बाकीचा स्व उठवून तयार करायला आणि मला? एक क्षण पुरे होतो झोपेतून टक्क जागे व्हायला. खूप वर्षात जास्त झोपेचं सुख मिळाल्याचं आठवतच नाही. मला सिद च्या जन्मानंतर थोडे दिवस काय ते तेवढंच!

कामवाल्या बाई ला सूचना, ''सिद, उठ, आता बस येईल अर्ध्या तासात'' असं सिद च्या मागे लागणे, दात घासणे असं मी एकाच वेळीस करत दिवसाच्या मागे धावत असते आणि दिवस माझ्या पुढे पळत असतो. पुढचा अर्धा तास, डबा भरणे, हरवलेला गृहपाठ शोधणे, बुटाची लेस शोधणे (मला माहित नाही, सिद नेमकं काय करतो पण रोज एका बुटाची लेस गायब असते, मी दिलेल्या डब्या ऐवजी खात असेल बहुदा). आत्ता धोबी बिल घेण्यासाठी दारात उभा आहे, गॅस संपलाय म्हणून बाई वैतागली आहे, कुत्रा भुंकतोय आणि बाहेर गेटपाशी बस हॉर्न वाजवते आहे!

बस वाला ही आज आम्हाला धडा शिकवतोय. मी आणि सिद बसच्या पाठीमागे

जीवाच्या आकांताने पळतोय. आमच्यामागे पेपरवाला, शेजारी आणि रस्त्यावरचे धटिंगण पण आम्हाला सामिल झालेत. आमचा सामुहिक आवाज काम करतो. आणि बस थांबते. ड्रायव्हरच्या बडबडीकडे दुर्लक्ष करून मी सिद त्याची स्कूलबॅग पाण्याची बाटली आणि अर्धा खाल्लेला टोस्ट असं सगळं बसमध्ये ढकलते, आणि एकदाचा मोकळा श्वास घेते. मी टेबलापाशी बसून पेपर हातात घेते तोच गुलाबी गाल घेऊन, हात चोळत नवरा येतो, ''आह, शांत बसून पेपर वाचतीयेस गुड!'' ''आज नाश्त्याला काय आहे?'' त्याचं डोकं फोडावं कि पेपर त्याच्या कडे भिरकवावा? या संभ्रमात मी असतांना फोन वाजतो. आमचा एक गुंतवणूकदार आणि बोर्ड मेंबर. ''आजचा बिझिनेस पेपर बघितला? स्पर्धेचे निकाल आलेत आणि तुमच्या संस्थेपेक्षा ते ०.३२५ पटीने अधिक आहेत. याबद्दल तुला काय वाटते?''

मला म्हणायचंय, ''मित्रा, सकाळचे ८.३० वाजलेत. मी अजून कॉफी ही घेतली नाहीए. आत्ताच सकाळची मॅरेथॉन पळून आले आणि दिवसाच्या सुरुवातीला माझ्या पुढ्यात अनेक अपेक्षा असणारा नवरा, सणकी कामवाली बाई, रिजनल हेड जो काल नोकरी सोडून गेला आणि दोन सरकारी पाहुण्यांबरोबर मीटिंग्स जे कशावरही कुठलेही निर्णय घेत नाहीत. याउपर तुला माझ्याकडून कशावर काय मतप्रदर्शन हवंय? ''थोड्या वेळात फोन करते असं सांगून मी माझ्या पुढच्या दिवसाला सामोरे जायला निघाले. वीस एक वर्षं अशा अनेक दिवस रात्री मी बायको, आई, बॉस म्हणून घालवल्या. या सगळ्यात तुम्हाला स्वतः बद्दल एक सत्य स्वीकारायला हवे. एक नोकरी करणारी स्त्री म्हणून येणाऱ्या अडचणी, अपराधीपण, मुलाचे आजारपण आणि महत्वाचे प्रेझेंटेशन यातला समतोल साधायला हवा आणि शेवटी हे सत्य उरतेच की तुम्ही सुपरमॉम होवू शकत नाही. जी काही परिस्थिती आहे, त्याद्वारे तुम्ही जुळवून घ्यायला शिकता आणि शेवटी यश पदरात पाडून घेता. कष्टाचं पण गोड फळ.

मला हा प्रवास तुमच्याशी वाटून घ्यायचाय म्हणजे मग तुम्हाला आपण एकटेच लढतोय असे वाटणार नाही. आणि कोणास ठाऊक. ह्या धाडसी प्रवासात, आपल्या दोघींनाही काहीतरी नवीन गवसेल..

भाग पहिला

स्वीकार

कुठल्याही यशप्राप्ती आधी सत्याचा स्वीकार आवश्यक आहे – मग तुम्ही त्याच्याशी जुळवून घेऊ शकता आणि त्याचा उपयोग जोमाने पुढे जाण्यासाठी करू शकता.

१

'बाई ग, तू पुरुष नाहीएस!'

चांदनी आणि चमेली

''चांदनी, तुझ्या आई बाबांनी किती कोवळ्या, हळव्या भावनांनी तुझं नाव चांदनी ठेवलं असेल ना ? कल्पना करत की तू अशी हळुवार, नाजूक असशील. नाव ऐकलं की पिठूर चांदणं, गार वारा, मुलायम झरझरत जाणारं वस्त्र असं आठवावं तर तू म्हणजे तळपत्या सूर्यासारखी समोर येतेस. बेधडकपणे!'' अनावधानाने पुरुषाच्या प्रसाधनगृहाकडे कूच करत असलेल्या माझी सहकारी चांदनी ला स्त्री प्रसाधनगृहाकडे खेचत मी म्हणाले.

''काय तरी काय बोलतेय ?'' काल्पनिक लिंगाला पुरुषी पद्धतीने हाताळत चांदनी ऑफिसमधे शिरत म्हणाली.

''ए, मी सांगितलेलं प्रेझेंटेशन तयार आहे का ?'' तिच्यासमोर थरथरत उभ्या असलेल्या कर्मचाऱ्याला तिने विचारले. सगळं काम केलेलं असूनही तिच्या एकूण आवेशापुढे भांबावलेल्या कर्मचाऱ्याने तिच्या हातात पेपर्स ठेवले आणि तिथून पळ काढला.

चांदनीच्या एकूण पेहारावाकडे बघता, आपण Y गुणसुत्राशिवाय जन्मलो आहोत या सत्याचा बहुदा तिला विसर पडला असावा. बारीक कापलेले केस, जाकेट, पँट आणि पँट च्या खिशात नाहीतर सिगारेट फुंकण्यात गुंतलेले हात. गळ्याभोवती तो एक काय अमिताभ बच्चन सारखा स्कार्फ नव्हता, बस्स !

अशा पद्धतीने ती स्वत:ची सगळी कामे करून घेत आणि सगळे तिला

धास्तावलेलेही असत. मला मात्र ती सतत काठावर असल्यासारखी आणि आपण जे प्रत्यक्षात नाही आहोत ते दाखवण्याची केविलवाणी धडपड करत असल्याचे जाणवायचे.

याचं इंगित असं होतं की, तिच्या काळी स्वतःला सिध्द करायला, आजूबाजूला वावरत असलेल्या पुरुषांपेक्षा अधिक पुरुषी बाणा अंगी बाणवत, तो पेहरावात आणि एकूण अविर्भावात बाळगत राहणे हा एकच मार्ग होता. याचं कारण म्हणजे त्यावेळी रोल मॉडेल्स म्हणून फक्त पुरुष मॉडेल्स च अवती भोवती होते. त्यांना शह देण्यासाठी मग त्यांच्याच अविर्भावात वावरणे भाग होते.

माझ्यामते हा प्रकार म्हणजे फक्त स्त्री स्वातंत्र्याला वाचा फोडणे हा नसून, एक स्त्री असतांना पुरुषी मैदानात उतरून त्यांच्या नियमानुसार खेळणे हाही होता. माझं म्हणणं स्त्रीने स्पष्टवक्ती असू नये असं नाही पण जो नैसर्गिकपणे बाईत नसतो तो पुरुषी आव बाई ने आणणे याला माझा आक्षेप आहे.

स्त्री मुक्ती च्या पहिल्या लाटेत, वर उल्लेख केलेल्या अशा अनेक 'चांदन्या' कॉर्पोरेट जगतात होत्या, त्याचवेळी सशक्त पुरुष वेलीचा आधार घेत पुढे सरकणाऱ्या अनेक 'चमेल्या' ही होत्या.

चांदनी प्रकारातल्या बायकांना बाई भोवती असलेली बंधनांची भिंत फोडायची होती त्यामुळे त्यांचं आक्रमक असणं मी समजू शकते पण चमेली प्रकारातल्या बायकांचं वागण्याचं समर्थन होत नाही. त्यांना असं वाटतं की तिरपे कटाक्ष आणि खोल गळे हीच त्यांची मालमत्ता आहे आणि याचा पुरेपूर उपयोग त्या करून घेतात. दुर्दैवाने असं करत असतांना त्या स्वतःला कमीच लेखत असतात. मला माझे जाहिरात क्षेत्रातले सुरुवातीचे दिवस आठवतात जिथे तेव्हा वरिष्ठ महिला मिडिया मार्केटर्स म्हणून मासिकांसाठी जाहिरातीची जागा विकायच्या. मार्केटिंग मधल्या ''पी'' बद्दल त्यांची मतं स्पष्ट होती. – ग्राहकाला पटवायचे आणि बिझिनेस मिळवायचा. एकीला मीटिंग ला जातांना शर्टाची वरची दोन बटणं काढून जातांना मी माझ्या डोळ्यांनी बघितलंय आणि साडीच्या घसरणाऱ्या पदराबद्दल तर आपल्या सगळ्यांना ठावूक आहेच.

कामात बऱ्यापैकी गती असणाऱ्या बायका काही वेळा अगदी कमकुवत होऊन बॉस कडे मदत मागायला जातात– मग ते रेंगाळत राहिलेलं प्रेझेंटेशन तरी असतं किंवा एखादा कठीण क्लाएंट तरी ! नाहीतर मग त्या ऑफिस स्पाउस चा खेळ खेळायला लागतात. तू खाल्लस का? तुझ्यासाठी चहा आणू? पापण्या फडकवत त्या विचारतात.

ब-याच पुरुषांना हे आवडतं आणि ते मदतीला धावतात. अर्थात त्यांना हे उमगत नाही की त्यांचा फायदा घेतला जातोय.

बाई प्रत्येक वेळी जेव्हा हे करते तेव्हा मला प्रश्न पडतो की तिला हे उमगत कसं नाहीए की मोठ्या, वाईट कॉर्पोरेट जगताशी आपल्याला दोन हात करणे जमत नसल्याने आपण परत तशाच चाकोरीबद्ध बाई सारखे वागतो आहोत आणि असं केल्यामुळे स्वतः ला आणि आपल्या बरोबरीच्या इतर बायकांना ही हानी पोहोचवत आहोत?

मला नाही वाटत, चांदनी किंवा चमेली होऊन आपण आजच्या जगात यश मिळवू शकू.

सुदैवाने, एक नवी स्त्री व्यवस्थापिकांची पिढी उदयास येतीए, जी स्वतःच्या स्त्रीत्वाशी सुसंगत तर आहेच पण कार्यदक्षतेने काम करणारी पण आहे. सहकाऱ्यांशी त्यांचा भावनिक धागा जुळलेला आहे

माझ्याकडे खूप बायका येतात आणि मला सांगतात की खुपदा कामावर असतांना त्यांना रडायला येते आणि त्याबद्दल त्यांना लाज वाटते. आता बाई ला अनेक कारणांमुळे रडू येऊ शकते त्यांना राग आला म्हणून किंवा खूप आनंद झाला म्हणून,

आधीच्या बॉयफ्रेंड चे पत्र वाचून किंवा अचानक प्रमोशन मिळाले म्हणून, ब्रेक –अप झाला म्हणून किंवा करण जोहर चा सिनेमा पहिला म्हणून, कुणी कौतुक केलं म्हणून तर कुणी त्यांच्यावर अन्याय केला म्हणून. असं म्हणतात की बाई तिच्या आयुष्यातले जवळ–जवळ १४ महिने रडत असते. (मी नेहमी दुःखी सिनेमा बघतांना रडते).

तुमच्या भावना दाखवणं ही काय फार मोठी गोष्ट नाहीए आणि ऑफिस मधे जर कधीतरी पाण्याचे पाट वाहिले तर त्यामुळे काहीही इजा पोचत नाही. पण इथे 'कधीतरी' हा शब्द महत्वाचा आहे. भावना प्रदर्शन हे सारखचं होता कामा नये. आपल्याला शेवटी आदराची वागणूक ही हवीए ना!

दीपिका, माझी एक सहकारी, तिच्या तरुणपणी खूप भावूक आणि रडकी होती. एकदा ऑफिस मधल्या वाईट दिवसामुळे ऑफिस मधून घरी पोहोचेपर्यंत खूप रडली, शेवटी टॅक्सीवाल्याला दया आली आणि त्याने भाड्याचे पैसे घेतलेच नाहीत. पण आता तिने तिचा हळवेपणाच तिची शक्ती बनवलाय आणि आज एक यशस्वी व्यवस्थापिका आहे.

म्हणून समस्त मैत्रिणींनो, ''स्वीकारा'' चा पहिला धडा हा की , बाई असण्यात आणि बाई माझ्याबरोबर येणाऱ्या इतर गोष्टी स्वीकारण्यात काहीही कमीपणाचे नाही. उदा. अस्थिर भावना, तिखट जीभ, पोटावरची चरबी इत्यादी, इत्यादी. पण ह्यातल्या काही गोष्टींचा गैरफायदा घेण्यासाठी पण उपयोग नको व्हायला.

ही सुरुवात समजून, चला बाहेर पडूया, आपल्या प्रतिभेने लोकांना अचंबित करूयात. आणि हो, आपण चांदनी ला पण धन्यवाद देऊयात जिने आपल्याला हा विचार करायला भाग पाडलं आहे.

व्यावसायिक मंत्र

* तुमच्या स्त्रीत्वाचा अभिमान बाळगा आणि आहोत तसे स्वतः ला स्वीकारा. एखादवेळी रडणं आणि मूडी असणं ठीक आहे (पण सारखं नाही हं, प्लीज!)

* पापण्या फडकावून आणि थोडासा पाय दाखवून तुम्हाला जर काही मिळवायचेच असेल तर तुम्ही ते जरा सौम्यपणे करू शकाल का? पुरुषांना कळणार नाही पण बायकांच्या नजरेतून ते सुटत नाही.

२

अपराधीपणा बरोबर घेऊन जगायला शिकूया

कुठलं अपराधीपण तुम्हाला सोयीस्कर आहे?

परवा दिवशी एक बाई रडत-रडत माझ्या कडे आली. डोळे सुजलेले आणि चेहरा दु:खी .

मी नोकरी सोडतीए. माझ्या ३ वर्षांच्या बाळाचं मी ऑफिसला निघाले की रोजचं रडणं आता मला बघवत नाहिऐ. ती आय.आय.एम. संस्थेतून व्यवस्थापन क्षेत्रात पदवीधर होती आणि एका मोठ्या सल्लागार संस्थेत काम करत होती. अर्थातच अशा शिक्षणा बरोबर येणारा गलेलठ्ठ पगार आणि भरभर होणारी प्रगती ही ती आपल्या बाळासाठी त्याग करायला तयार होती. माझ्या ही आयुष्यात असे प्रसंग आले असल्याने मी तिच्याबद्दल सहानुभूती दाखवू शकले, खरं तर करिअर आणि नोकरी करणाऱ्या बहुतेक बायकांना ह्या परिस्थितीला तोंड द्यायलाच लागते. मुख्यत्वे करून लहान मुलं असलेल्या बायकांना.

जेव्हा जेव्हा सिद आजारी पडे आणि तरीही मला त्याला घरी सोडून कामाला जावेच लागे किंवा अनेकदा कामातील व्यस्ततेमुळे मला कितीतरी वेळा रात्री जेवायला यायला जमत नसे तेव्हा मला अपराधी वाटे आणि मग मला तडका-फडकी नोकरी सोडून द्यावीशी वाटे. यामुळे मात्र घरी ताण वाढे. नवरा आणि मुलगा, मी घरी त्यांच्या डोक्याशी २४ x ७ असेन या भीतीने हादरून जात.

पण सिद जात्याच हुशार असल्याने तो माझ्या नोकरी सोडण्याला सरळ सरळ विरोध दर्शवत नसे पण नोकरी असण्याचे फायदे आडून आडून सुचवत असे. हे बघ

माझ्या इतर मित्रांपेक्षा मी किती स्वावलंबी आहे, तू मला दिलेल्या स्वातंत्र्या साठी तुला धन्यवाद.वगैरे वगैरे. पण नवरा मात्र सरळ सरळ माझ्या घरी असण्याला विरोध दर्शवत असे. एक तर गप्पा मारण्यासाठी नाहीतर कुणावर तरी, दादागिरी दाखवण्यासाठी मी नाहीतर नातेवाईक, मित्र मैत्रिणी (जी आता नोकरी सोडल्यामुळे तुला करता येत नाही) ती करण्यासाठी तू सारखा फोन करून आम्हाला वैताग आणशील. (मला खरं तर याला 'नैसर्गिक नेतृत्वगुण' असं म्हणायला आवडेल,पण तुम्हाला माहितीच आहे, नवरे म्हणजे्...........)

आणि मग तो येऊ घातलेल्या भीती पोटी बार कडे धाव घेई.

हे सर्व लक्षात घेऊन, शांत पणे विचार करून, मी माझ्या अशा क्षणिक भावनांना नेहमीच आवर घातला. अशाच एका पश्चातापदग्ध बाईला मी सल्ला देताना हेच सांगितलं की ती एका अपराधाची दुसऱ्या अपराधासोबत सांगड घालतोय. मला अनेक अशा बायका माहित आहेत ज्यांनी आपल्या मुलांसाठी नोकरी सोडून दिलीए, पण तरीही अपराधी भावनेने त्यांचा पिच्छा सोडला नाही. फरक इतकाच की आता त्यांना आपले शिक्षण आणि पदवी वाया जातीए. याचा पश्चाताप आहे. म्हणजे थोडक्यात अपराधी भावनेपासून सुटका नाहीच!

प्रश्न फक्त एव्हढाच उरतो की तुम्ही कोणत्या अपराधी भावनेबरोबर जगायला तयार आहात? कारण अपराध मुक्त असणं हा पर्याय बाई साठी उपलब्ध नाहीच !

तुम्हाला मुलांना घरी सोडून गेल्याची बोच नसेल तर मग ऑफिस पार्टी मध्ये बॉस ला आपल्या विनोद बुद्धीने चकित करण्याची संधी दवडल्याची हुरहुर नक्कीच असणार. जर तुम्ही प्रेझेंटेशनच्या यशात धुंद असाल तर कुठेतरी या कामामुळे गेला आठवडाभर तुमच्या कुटुंबाला मॅगीच्या डाएटवर ठेवल्याने दुःखी ही असाल, तर हे असेच आहे !!

एकदा अशाच निराश अवस्थेत मी अगदीच टाकाऊ आई असल्याचे मला जाणवले आणि मी सिद ला विचारले की, ''सिद, जेव्हा तुला कांजिण्या झाल्या होत्या आणि मला ऑफिस मध्ये अति महत्वाच्या कामा मुळे सुट्टी घेता येणं शक्य नव्हतं तेव्हा मी तुला आठवडाभर आजी कडे ठेवलं होतं,'' तेव्हा तुला असं तर नाही वाटलं ना, की आई ने आपल्याला वाऱ्यावर सोडून दिलं ?

सिद ला माझ्या प्रश्नाचे आश्चर्यच वाटले असावे. तो पट्कन म्हणाला, ''काहीतरी काय अगं आई! मलां आठवतंय की किती मज्जा आलेली. आठवडाभर सुट्टी आणि

आजीने सांगितलेल्या गोष्टी ऐकत मी गादीवर पडून असायचो. फक्त कांजिण्या मुळे खाज सुटायची तिचा थोडासा त्रास व्हायचा. बस्स !''

हा संवाद साधारण घटनेच्या दहा वर्षां नंतर झाला आणि तोपर्यंत 'कांजिण्या प्रकरण' हे माझ्या 'टाकाऊ आई' ह्या स्व–चित्राचा एक भाग बनून राहिलं. तेव्हा मला एक प्रकर्षाने जाणवलं की आपण आया काही समज धरून ठेवतो आणि त्याला 'पश्चाताप' म्हणून मिरवत राहतो आणि दुसरी कडे मात्र मुलं ते सगळं कधीच विसरून, माफ करून मागे टाकून पुढे ही गेलेली असतात.

मला हे सगळं लिहित असताना एक गोड अशी गोष्ट आठवली.

एका आई ला सतत एक बोच असे की ती मुलाला वेळेवर तयार करून शाळेत पाठवू शकत नसे. सगळं अगदी शेवटच्या क्षणापर्यंत. इस्त्री केलेला शर्ट पण अगदी शाळेला निघता–निघता त्याच्या अंगावर चढवत असे. ही बोच तिला लागून राहिली जोपर्यंत तिने तिच्या मुलाने शाळेत लिहिलेल्या 'आनंद' ह्या विषयीचा निबंध वाचला नाही. त्यात त्याने लिहिलं होतं. 'आनंद' म्हणजे गारठलेल्या सकाळी घालायला मिळालेला उबदार, ताजा इस्त्री केलेला शर्ट ! ''

स्वीकाराच्या मार्गातील धडा नंबर दोन म्हणजे, 'पश्चाताप' या भूताशी तुम्ही दोन हात करू नका, उलट त्याचा आयुष्याचा एक भाग म्हणून स्वीकार करा. आपण जिथे–जिथे म्हणून जाऊ तिथे –तिथे तो असणारच आहे.

जर पश्चाताप हा अटळच आहे तर मग जेणेकरून आनंदही मिळेल अशा ठिकाणी तो झाला तर ठीकच आहे जसे की नोकरी करणारी आई !!

व्यावसायिक मंत्र

* आपल्याला नोकरी करणे किंवा घरी बसणे याची निवड करण्याचे स्वातंत्र्य आहे. परंतु, पश्चाताप होणे न होणे हे आपल्या हातात नाही कारण पश्चाताप हा बाई ला मिळालेला शाप आहे.

* आपल्या हाती फक्त कुठल्या पश्चातापाची निवड करायची एव्हढेच स्वातंत्र्य आहे. शिक्षण आणि कुवत वाया गेल्याची? का मुलांना आणि कुटुंबाला नीट न सांभाळल्याची?

* ह्या पश्चातापा च्या जोडीने काही फायदे पण येतात. जसे पथ्य न पाळण्याची बोच एक मस्त चमचमीत पाणी–पुरी तोंडात टाकून जाते. नोकरी करण्याच्या अपराधीपणे येणाऱ्या फायद्यांचा ही आनंद घ्या जसे की अर्थिक स्वातंत्र्य आणि स्वत:च्या पैशाने स्वतः साठी आणि मुलांसाठी काहीतरी करता येणे !

३

आयुष्य खरोखर अन्यायकारक आहे

असं म्हणतात जग पुरुषांचं आहे

सुचित्रा आणि बॉबी दलाल एक उच्च मध्यमवर्गीय जोडपे. इतर समवयीन जोडप्यांसारखे नोकरीच्या ठिकाणी भेटले, थोडे दिवस हिंडले–फिरले आणि मग लग्न. तीन वर्षांनी विहान झाला. नुकतीच त्यांच्या लग्नाला १२ वर्ष पूर्ण झाली. तो आर्किटेक्ट आहे आणि ती एका नामांकित बँकेत एचआर हेड. दोघांचे उत्पन्न असल्यामुळे मध्यवर्ती भागात प्रशस्त घर, परदेश वाऱ्या आणि विहान ला आंतरराष्ट्रीय शाळेत शिक्षण. थोडक्यात दलालांच्या घरात सगळे आलबेल !

यात फक्त एकाच बाबतीत हे जोडपे त्यांच्या अवती–भोवती असणाऱ्यांपेक्षा वेगळे होते. जेव्हा विहान चा जन्म झाला त्या वेळी सुचित्रा बॉबी पेक्षा जास्त कमावती होती आणि बॉबी ला अर्धवेळ सल्लागार म्हणून त्याचे करिअर पुढे नेणे त्यावेळी शक्य होते. त्यामुळे बॉबी ने प्राथमिक पालक आणि काळजीवाहक होण्याची जबाबदारी स्वीकारली.

अर्थात हे फक्त शाळेत ने–आण करणे आणि अधून–मधून मुलाला शिस्त लावणे इतकं मर्यादित आणि वरवरचं पालकत्व नव्हतं.

बहुतेक वडील एव्हढंच करून मुलांना वाढवल्याची ग्वाही देतात. पण दलाल मात्र त्याही पुढे गेले. बॉबी ने नोकरी सोडून देऊन घरूनच काम करणे सुरु केले. त्याने मग विहानचा ताबा घेतला. त्याला शाळेसाठी तयार करण्यापासून, त्याचा डबा भरण्यापासून ते थेट त्याला फुटबालच्या सरावासाठी नेण्यापर्यंत तो सर्व करायला लागला. अगदी घर–दार, वाढदिवस समारंभ, दंतवैद्याच्या वेळा सगळं तो सांभाळत असे आणि असा भक्कम आधार पाठीशी असल्यामुळे सुचित्राने आपलं सगळं लक्ष करिअर वर केंद्रित केलं.

आता हे सर्व ऐकल्यावर तुम्हाला वाटेल की त्यांचे मित्रमंडळ आणि नातेवाईक (मुख्यत्वे करुन स्त्रिया) यांना या गोष्टीचे अप्रूप वाटेल आणि बॉबी हा कसा स्त्री मुक्तीचा भोक्ता आहे आणि तुम्ही त्याचं कसं अनुकरण केलं पाहिजे असं त्या आपल्या नवरा-मुलांना, भावांना सांगत सुटतील. पण आश्चर्याची बाब म्हणजे ते तसं नाहीये!!

एक उदाहरणा दाखल संवाद जो मी त्यांच्या भोचक शेजाऱ्यांकडून एका वाढदिवसाच्या समारंभाला ऐकला जिथे बॉबी आणि विहान ही होते.

किटी अ : (गडबडीत तिचा मोबाईल चेक करत) ही 'अण्णा बाई' कोण आहे? अण्णा हजारे? तू ओळखतेस तिला? तिच्या मोर्चात सामील व्हावं म्हणून मला सारखे मेसेज पाठवते. ती काय दिल्ली मधली 'टिपिकल सोशलाईट' असेल असं वाटतंय तुला?

किटी ब : माहित नाही. कधी ऐकलं नाही तिचं नाव. ते जाऊदे, तिकडे बघ बॉबी आणि विहान. आज तिसऱ्यांदा मी बॉबी ला, विहान ला दुपारच्या पार्टी ला घेऊन आलेलं बघते आहे. सुचित्रा कुठंय? का तिने याला सोडून दिलं?

किटी अ : फिरतीवर असते सारखी तिच्या हाय -फाय जॉब मुळे.

किटी ब : ते सगळं ठीक आहे, पण त्याचं काय? त्याला काय जॉब नाही का? की रिसेशन -बिसेशनचं कारण पुरेसं आहे जॉब न करायला? तुला काय वाटतं, मी डी के ला सांगू का त्याची मदत करायला?

(तुम्ही एक नोंद घेतलीत का? सगळ्या कर्तबगार नवऱ्याच्या बायका त्यांच्या नवऱ्याना इनिशियल्स ने हाक मारतात. ह्याचा संबंध हा कुठेतरी K -४७, MIG-२० असावा असे वाटते.)

किटी अ : ते माहित नाही मला, पण एक गोष्ट नक्की आहे. घरात पँटस् घालून हिंडणारी ही सुचित्रा, आणि त्याचा बिचाऱ्याचा चेहरा बघ चल, जाऊन जरा चीअर अप करू त्याला.

बॉबी ने घरी राहण्याचा निर्णय स्वतः ने घेतला असेल हे या बायकांना पटणं शक्य नव्हतं. त्यांच्या दृष्टीने तो निर्णय अपरिहार्यतेमुळे त्याला घ्यावा लागला असेल हे पक्कं होतं आणि त्यामुळे त्यांनी बॉबी ला तडकाफडकी लग्नाच्या तराजूत हलका करून टाकला.

यावरून कल्पना करा की बायका ह्या घरचं बघणारा पालक या स्थानाला ला हीन ठरवून स्वतःचीच हेटाळणी करत असतात आणि दुसरीकडे पुरुषाला केव्हढ्या मोठ्या पूर्वग्रह दूषित वृत्तीला पार करत एक प्राथमिक पालक म्हणून, बायकोला मदत करणारा नवरा म्हणून जबाबदारी पेलावी लागते.

बऱ्याच बायका माझ्याशी या विषयावर चर्चा करतात. त्यांच्या मते नोकरीचे ठिकाण हे पुरुष केंद्रित आहे. जसे पुरुषांचा ग्रुप जो कामानंतर ड्रिंक्स घ्यायला जातो तेव्हा आम्हाला सरळ घर गाठावे लागते, घरच्या नोकरीस जुंपण्याकरता! धुम्रपान करण्याकरता किंवा स्वच्छतागृह अशा ठिकाणी पुरुष एकमेकांशी वा बॉस शी गप्पा करत चांगले संभाषण प्रस्थापित करू शकतात. या सर्व बायकांच्या मते आयुष्य अन्यायकारक आहे, मुख्यत्वेकरून घर आणि नोकरी दोन्ही सांभाळणाऱ्यासाठी. या दोन्हीचा समतोल साधण्यासाठी त्यांना दुप्पट कष्ट आणि दुप्पट प्रयत्न करावे लागतात. पण पुरुष मात्र फक्त कामावर लक्ष केंद्रित करू शकतो कारण 'डबा' आणि 'पालकांची मीटिंग' यासाठी घरी कोणीतरी सतत उपलब्ध असतं. ह्यातील बऱ्याचश्या गोष्टींशी मी सहमत आहे पण मी या बायकांना सांगते की एक क्षण थांबा आणि विचार करा, खरंच, तुम्हांला वाटतं तितकं या पुरुषांचं आयुष्य सुखावह आहे?

जसे बायकांना एका विशिष्ट चौकटीत समाजाने टाकले आहे तसेच पुरुषांना ही समाजाने एका विशिष्ट अशा चौकटीत टाकले आहे आणि ते म्हणजे प्राथमिक मिळकतदार! घराची आर्थिक जबाबदारी घेणारा, घराला सुरक्षित ठेवणारा. त्याला त्याचे काम आवडो अथवा न आवडो, एका मध्यमवर्गीय पुरुषाला रोज सकाळी उठून आपल्या कुटुंबाकरता कामावर जावेच लागते, मग भले त्यासाठी लांबचा प्रवास असो, वाईट बॉस असो, सो–सो जॉब असो. हात वर करून मी आता नोकरी सोडतोय..... घरी राहून मुलांची काळजी घेतो...., तू काम कर.... असं सहजासहजी नाही म्हणता येत.

बाई ला ते एक वेळ शक्य आहे !

ती एक दिवस उठून म्हणू शकते की मी आता नोकरी सोडते, घरी राहून मी काहीतरी क्रिएटिव्ह काम करते... पेंटिंग पॉटरी असं काहीतरी. मी घरी राहून एक चांगली आई सिद्ध होऊ शकते. ती त्रासदायक बॉस पासून किंवा तापदायक कामापासून सुटका करून घेऊ शकते तरीही तिच्याकडे बोट दाखवणारं कोणी नसतं. उलट, आपल्या मुलांसाठी आणि कुटुंबासाठी त्याग करणारी म्हणून तिच्याकडे पाहिलं जातं. आता स्वतःला विचारा असा आदर कुठल्या पुरुषाचा केला जाईल का?

माझ्या एका मित्राचे वडील नुकतेच रिटायर झाले आणि त्याला जाणवलं की घरी त्यांचं महत्व एका रात्रीतून कमी झालं. गेले तीस वर्षं रात्री जेवायला काय करू? असं विचारणारी बायको आता एकदम मुलाकडे वळली आणि हा प्रश्न त्याला विचारायला लागली. ह्या सत्ता बदलाचे दुःख वडिलांच्या डोळ्यात स्पष्ट दिसत होते.

आयुष्य किती अन्यायकारक आहे आणि पुरुष हे किती सुखी आहेत असा विचार करण्यापूर्वी हे सत्य एकदा पडताळून पाहायला हवे. पुरुषही समाजाने आखून दिलेल्या चौकटीचे गुलाम आहेत आणि त्यापलीकडे जाऊन जर ते त्यांची भूमिका बदलू इच्छित असतील तर आपण बायका त्यांना ते सहजा-सहजी करू देत नाही. त्यावर टीकाच होते.

आयुष्य हे अन्यायकारक आहे आणि त्या अन्यायात पण लोकशाही तत्व अबाधित आहे. आयुष्य हे प्रत्येकाला कुठल्या ना कुठल्या तऱ्हेने कायमच अन्यायकारक असणार आहे, मग ते रंग, जात, जमात, लिंग अशा कुठल्याही बाबतीत असो. थोडक्यात हे कटू सत्य पचवूया आणि पुढे जाऊया.

आपण आपल्यावरचा अन्याय कमी कसा करता येईल हे बघता-बघता पुरुषांविषयीही थोडी कणव बाळगूया. तेही आपल्याच बोटीतून प्रवास करत आहेत!!

व्यावसायिक मंत्र

* आपल्यापैकी बरेच जण हे आपल्याच वाटयाला असा वाईट डाव कसा काय पडला अशी तक्रार करत असतात पण सत्य हे आहे की प्रत्येकाच्याच डावामध्ये थोडे फार असे नकोसे पत्ते येतात.

* 'आयुष्य हे बाई साठी अन्यायकारक आहे आणि पुरुषासाठी सहजसोपे आहे' हा जो पसरलेला गैरसमज आहे तो खरा नव्हे. पुरुषालाही अनेक आव्हानांचा सामना करावा लागतो आणि त्यातला महत्वाचा म्हणजे समाजमान्य असलेला त्यांच मिळकत दार असणं!

* मला मान्य आहे तुमचा नवरा अगदी तुमच्या स्वप्नातील राजपुत्र नसेलही तरीही अगदी बेडरूम मधून झुरळ पळविण्यासाठी तरी त्याचे अधून-मधून कौतुक करायला काहीच हरकत नाही.

* तुमच्या आजू-बाजूला एखादा बॉबी असेल तर त्याच्या वेगळेपणासाठी त्याचे कौतुक करायला विसरू नका.

४

मुलं ती मुलंच (कष्ट शेवटी मुलीच करतात)

मल्टीटास्किंग काम करणारी जनुकं

पुरुषां संबंधित चर्चेत, त्यांनाही अनेक पक्षपाती वृतींना सामोरे जावे लागते हे लक्षात आल्यावर आपण बायकांनी त्यांच्या इतर हानीकारक गोष्टी पचवून घ्याव्यात त्यातलीच एक म्हणजे ही लोकं बहुविध गोष्टी एकाच वेळी करू शकत नाही. आणि म्हणून मग सगळं काम आपल्याच डोक्यावर येतं.

नव्या प्रमोशनचा भार, मुलाचं होमवर्क, नातेवाईकांची कटकट (तुमच्या नाही, त्याच्या), कुकरच्या शिट्ट्या आणि कनिष्ठांना वेळेवर कामावर येण्यासाठी उद्युक्त करणे ह्या सगळ्या धावपळी करत असतांना तुम्हाला लक्षात येईल की तुम्हीच सगळा भार उचलला आहे. आणि तुमचा नवरा वर्तमानपत्र वाचण्यात, सरकारच्या अकार्यक्षमतेवर वर बोलण्यात, स्वतःच्या कामाच्या घोळात किंवा मग सचिन तेंडुलकर बरोबर जेव्हा तो त्याचं पुढचं शतक करायला मैदानात उतरत असेल, तेव्हा त्याच्याबरोबर असतो आणि तुम्ही हजार गोष्टींमागे पळत असता तेव्हा तो एकाच गोष्टीवर लक्ष केंद्रित करून असतो.

मी माझ्या कुटुंबाला सांगते, हे बघा, मी काही तासांसाठी बाहेर चालली आहे, मी परत येईपर्यंत, सिद ची बॅग भरून ठेवा, कुत्र्याला बाहेर फिरायला न्या, पेपर वाल्याचे पैसे द्या आणि अन्न गरम करून ठेवा. त्यांची का–कू करण्याची सवय मला माहित असल्याने मी त्यांना कामं ठरवून देते जी वेळेच्या बंधनात त्यांना करावीच लागतात; जसे सिद ला ६ वाजताची फ्लाईट असते, कुत्र्याला बाहेर नेलं नाही तर तो घरातच शू करेल आणि जेवायचं तर सगळ्यांनाच असतं. स्वतःच्या काम वाटपा च्या प्लॅन वर खुश होत मी बाहेर पडते. मी एक तास पंचावन्न मिनिटांनी घरी परत येते (मी वेळ पाळते)

आणि दार उघडते तर घरात गोंधळ! कुत्रं जीवाच्या आकांताने केकाटतंय कारण त्याचं मूत्राशय जवळ जवळ फुटायला आलंय, सिद चे कपडे जमिनीवर अस्ताव्यस्त पडलेत, अन्न टेबलवर पडलंय आणि घरातला एक न एक टी.व्ही. बोंबलत सुटलाय आणि सिद (अंगावर फक्त शर्ट घालून), नवरा गळ्याभोवती दोन टाय बांधून आणि पेपरवाला असे टी. व्ही. समोर आ वासून बसले आहेत.

हॅलो,''काय, चाललंय काय?'' हर्षा भोगले च्या पेक्षा वरचढ आवाजात मी ओरडते. माझ्या आवाजाची कोणी दखलही घेत नाही, एक कुत्रा सोडून! आणि तो ही, 'मला बाहेर घेऊन जा' म्हणून लाळ घोटतोय. मी परत प्रयत्न करते, ' हॅलो'

'शूssssक , इंडिया ची बॅटिंग चाललीये'

'हं? काय वर्ल्ड कप चाललाय की काय जो मला माहित नाहीए? का इंडिया–पाकिस्तान ची मॅच? कुणी मला प्लीज सांगेल का की काय चाललंय? तुम्ही मी सांगितलेलं एकही काम का नाही केलंत? मी पुढे होऊन टी. व्ही. बंद करून टाकते.

'आss , शी ग आई, कशाला एवढ्या लवकर आलीस?' सिद कुरकुरतो.

नवरा माझ्या कडे रोखून बघतो. ही खूप महत्वाची मॅच होती जी आम्ही बघत होतो, इंडिया–ऑस्ट्रेलिया, १९९८, सचिनची एक मस्त खेळी. पेपरवाला देखील त्यांना सामील होतो.

''कमीतकमी ७५ वेळेस तरी बघितलेली पुनः प्रक्षेपित मॅच तुम्ही गेले दोन तास बघता आहात, आणि तेव्हा, जेव्हा समोर इतकी कामं असतात ? तीन तासात सिद ला फ्लाईट पकडायची आहे, हे तुमच्या क्रिकेटच्या खोल आकडेमोडीत बाजूला पडलं की काय ?'' मी उपरोधिकपणे म्हटलं.

''अजिबात नाही. आम्ही सिद ची बॅग पण भरतोय, तुला दिसत नाही?'' हात पसरत नवरा म्हणाला.

''नाही. नाही दिसतए मला. सुटकेस मधे फक्त दोन घडी घातलेले शर्टस आहेत बाकीचे कपडे का असे अस्ताव्यस्त पडलेत? आणि तू दोन टाय का घातले आहेस?''

''मी सिद ला टाय ची गाठ कशी बांधायची ते शिकवत होतो. आणि तो त्याच्या कपड्यांवरच घालून बघतोय म्हणजे जे नको आहेत ते इथेच ठेवून देऊ, उगीचच सुटकेसची जागा वाया जायला नको.''

त्यांच्या तर्कशास्त्राला आव्हान द्यायला. नवरा आणि मुलगा माझ्याकडे पाहत राहिले. माझं डोकं आता फिरायची वेळ आली. जे कपडे एका आठवड्यापूर्वीच आणले त्यांचे साईझ आत्ता तपासायची काय गरज असू शकते? मला शंका आली , पंधरा वर्षांपूर्वी घडलेल्या सचिन च्या बॅटिंग चा उत्सव हे काय आज ड्रिंक करून साजरा करत होते की काय? पण तसं काही दिसलं नाही. पेपरवाला फक्त भारताचा झेंडा फडकावत बसला होता. मी वादात पडून वेळ घालवण्यापेक्षा, भराभर जेवणाची तयारी केली, म्हणजे मग एयर पोर्ट पिक-अप येण्याआधी, सिद ची बॅग भरून ठेवता येईल. या सगळ्या गडबडीच्या मध्ये कुत्र्याने अफगाण कार्पेट वर आपले कर्म उरकलेले असते. मी त्यांना ते सगळं साफ करायला सांगणार तोपर्यंत ते दुसऱ्या टी. व्ही. समोर स्थानापन्न झालेले असतात.

माझ्या कुटुंबाला पटणार नाही पण मला काहीही हरकत नाही, त्यांनी क्रिकेट, फुटबाल, हॉकी, कब्बडी, व्हॉलीबॉल, जे काय हवे ते बघावे पण निदान ते बघता बघता बाकीची कामं तर करावीत. माझी बहिण, एकाच वेळेस टी. व्ही. सिरिअल बघते, स्वयंपाक करते, भाच्याकडे लक्ष देते आणि हुशारीने आईशी गप्पा पण मारते , पण मग पुरुष का नाही करू शकत हे सगळं?

तीच तर गंमत आहे. बायकांमध्ये ही गोष्ट उपजतच असते आणि पुरुषांना ह्याचा गंधच नसतो. उदा. जर पुरुष गाडी चालवत असला तर तो तेवढंच करू शकतो. जर त्यांना फोन आला तर तुम्ही बघितलंय त्यांच्या गाडीचा वेग कसा बदलतो? ते जर कोणाशी हुज्जत घालत असतील तर ते गाडी जोरात चालवतील. जर काही लाडी-गोडीचे बोलत असतील तर वेग कमी! याचं कारण म्हणजे त्यांचं एककल्ली मन. याउलट बाई! ती एकाच वेळेस, फोन वर बोलू शकते, सफरचंद सोलू शकते, मेमो लिहू शकते आणि बॉयफ्रेंड शी बौद्धिक वाद सुद्धा घालू शकते.

म्हणून यात काहीच वाद नाही की बायका, बऱ्याच गोष्टी एकाच वेळेस कार्यक्षमतेने करू शकतात, कामावर असो की घरी. आणि म्हणून त्या जास्त चांगल्या व्यवस्थापक होऊ शकतात.

त्या कमी वेळात जास्त काम करू शकतात, म्हणून मग त्यांच्या पुढ्यात जास्त काम येवून पडतं. याउलट पुरुषांचं!

मग आपण असं म्हणायचं का, की आपण कार्यक्षम आहोत म्हणून आपण जास्त भार उचलायचा? की मग इथेही समानते साठी भांडायचं?

मला स्वतः च सगळ्या गोष्टी करणे जास्त व्यावहारिक वाटते, त्यात वेळ खूप वाचतो. नाहीतरी पुरुषांना एका पेक्षा अधिक कामं दिली तर बिचारे गोंधळून जातील आणि अजूनच पसारा वाढवून ठेवतील.

व्यावसायिक मंत्र

* एका वेळी बहुविध कामं करता येणं हे विशिष्ट कौशल्य आहे, जे बायकांकडे आहे आणि स्पर्धेत पुढे राहण्यासाठी आपण याचा पुरेपूर उपयोग केला पाहिजे.

* म्हणूनच अधिकचे प्रोजेक्ट चे काम घरी न्यायला कुरकुर करू नका आणि घर सुधारणीचे काम पण समांतरपणे करा. त्यामुळे हे कौशल्य अजूनच पणाला लागेल.

* २/३ गोष्टी एका वेळेस करणे हा तुमच्या डाव्या हाताचा खेळ आहे, पण त्याचा बाऊ करु नका आणि आपल्या या कौशल्याबद्दल वाहवा मिळवा.

* पुरुषांकडून काम करून घ्यायची युक्ती लक्षात ठेवा. एका वेळी एकच काम. तुम्ही जर त्यांना हे सांगितलंत की फिरून परत येतांना दूध आणा, तर ते नक्की आणतील पण जर दूध आणा आणि गॅस भरा असं सांगितलंत तर गोंधळ होणारंच. कुठलं तरी एकच काम होणार!

५

तुमच्याच नाही सगळ्यांच्याच सासवा खाष्ट आणि नवरे आळशी असतात.

सोसणाऱ्या सीते ची लक्षणे

भारतीय लोकं, बॉलीवूडचे चाहते आहेत. बॉलीवूड आपल्या जीवनात इतके अंतर्भूत झाले आहे की तो एक स्वतंत्र धर्म बनलेला आहे आणि इतर अनेक धर्मं जरी एकत्र आले तरीही त्यांच्या पेक्षा मोठा असा हा धर्म होऊ शकेल किंवा एक दिवस अगदी फेसबुकलाही वरचढ होईल.

सगळ्या धर्मं, जाती , पंथ यांना ओलांडून एका सांस्कृतिक बंधनाने एकत्र आलेली ही एक शक्ती आहे. मी खूपदा कल्पना करते की, जेव्हा काही शतकांनंतर मंगळवासी पृथ्वीवर येतील तेव्हा curator त्यांना मीना कुमारीची सिंदूर डबी, गब्बरचा चाबूक, माधुरीची चोळी आणि सलमानचा फाटलेला शर्ट भारतीय उत्क्रांतीवादाचे चे टप्पे म्हणून दाखवतील. बॉलीवूड आपल्यात इतकं भिनलंय की आपण सत्य आणि कल्पित कथा यातला फरक ओळखेनासे झालोय. इतके गोंधळून गेलोय की कुठे आपल्या प्रथा आणि व्रतवैकल्य सुरु होतात आणि कुठे बॉलीवूड नी लोकप्रिय केलेले समारंभ, इथपर्यंत येवून धडकतात. हे सत्य माझ्या समोर आले जेव्हा मी माझ्या मैत्रिणीच्या मुलीच्या लग्नाला चेन्नई ला गेले. माझी मैत्रीण खूप पुराणमतवादी तमिळ ब्राम्हण कुटुंबातली आहे. मी चेन्नई ला तिच्याबरोबर शिकत असतांना तिच्या वडिलांनी तिला माझ्याबरोबर मैत्री करण्यास उघड उघड विरोध दर्शवला होता. उत्तर भारतीय मुली तुला बिघडवतील. तू बघतेस ना ती कशी बिन बाह्यांचे ब्लाऊज घालते. माझ्या बिचाऱ्या मैत्रीणीचा बंड करण्याचा पवित्रा हा बरोब्बर उलटं वागणे हा होता त्यामुळे तिने माझ्याशी मैत्री सुरूच ठेवली. नेहमीप्रमाणे पहाटे ४ वाजता कल्याण मंडपम् मधे असणाऱ्या मुहुर्ताच्या आधी

मला चक्क संगीत समारंभाला देखील बोलावले गेले. हा माझ्यासाठी धक्काच होता. आणि अजूनच आश्चर्याची गोष्ट म्हणजे हा सगळा संगीत समारंभ दिग्दर्शित होता.ज्यात सर्व कुटुंब गाणी आणि नाच यात सहभागी झालं होतं. (ज्यांना माझ्या बिन बाह्यांच्या ब्लाउज वर आक्षेप होता ते मैत्रिणीचे वडील ही यात सहभागी झाले होते, अगदी दिलीपकुमार सारखे नाचत!) आणि बिन बाह्याचे ब्लाउज सोडा पण त्यातल्या बहुतेक बायकांनी कांजीवरम साड्यांवर बिकिनी ब्लाउजेस घातलेली. अर्थातच याचं क्रेडीट जातं ते बॉलीवूड लग्नांना!

उत्तर–दक्षिण, पूर्व आणि पश्चिम यांना जोडणारा दुवा बनलंय बॉलीवूड! पण असं असूनही एका बाबतीत मात्र बॉलीवूडने बायकांच्या पिढीवर फार वाईट परिणाम केलाय. आपण जेव्हा मोठ्या होत होतो, तेव्हा सगळ्या बॉलीवूड सिनेमांनी बाईची प्रतिमा सहनशील, दु:खी अशीच उभी केली. मग ते योग्य मुलावर प्रेम केलं नाही म्हणून, वडिलांकडून, मुलांकडून वाईट वागवले गेले म्हणून, शेतकऱ्याची गरीब बायको म्हणून किंवा श्रीमंत उद्योगपतीची दुर्लक्षित मुलगी म्हणून किंवा अगदी परित्यक्ता किंवा अभागी वेश्या म्हणूनही! असे शक्यतो सगळे दु:खी रोल त्यावेळच्या अभिनेत्रींनी केले. हे सगळं आपण सिनेमास्कोप मधे परत परत पाहिलं आणि त्या कोवळ्या वयात आपली खात्री पटली की बाईचं आयुष्य हे अनेक दु:खानी भरलेलं असतं.

त्यांची सासू त्यांना त्रास देते, नवरे मदत करत नाहीत, मुलं वाया गेलेली असतात. बॉसेस त्यांचं कौशल्य समजून घेत नाहीत आणि सहकारी मागे बोलतात. त्या ८. २० च्या लोकल मधे तसंच ए. सी. कार मधेही दु:खी असतात. त्या घरी दु:खी असतात आणि ऑफिस मधेही! दु:ख! दु:ख!! दु:ख !!!

आधी मला या बायकांबद्दल खूप कणव यायची पण नंतर लक्षात आले की त्यांना त्यांचं दु:ख कुरवाळायला आवडतं आणि त्यांनी ते त्यांचं आवडतं कामच बनवलं आहे आणि याचा उपयोग त्या भावनिक दबाव आणायला करतात. म्हणून मग, जरीही कुटुंबातल्या कुणीही त्यांच्याकडून अपेक्षा केली नाही तरी दिवस भर काम केल्यानंतर रात्री १० वाजता त्या गरम पोळ्या करायला उभ्या राहतात. बाहेर धोब्याला कपडे न देता त्या घरीच धुतात. पट्कन काम संपवण्याऐवजी, आपण खूप काम करतो हे दाखविण्यासाठी त्या खूप उशिरापर्यंत ऑफिस मधे थांबतात. दुसऱ्या कोणाची नियुक्ती करणं शक्य आणि व्यावहारिक असलं तरीही त्या स्वतः वर सगळा भार घेतात. हे सगळं केल्यानंतर मग त्या हुतात्म्याचा मुकुट आयुष्यभर डोक्यावर मिरवू शकतात.

सीतेचे दु:ख भोगणे त्यांना आवडते कारण त्यांच्या मतानुसार तीच खऱ्या भारतीय नारीची खूण आहे.

माझी चुलत बहिण गायत्री अशीच कायम दु:खी प्रकारात मोडणारी आहे. ट्रॅजेडी-क्वीन च्या खेळात कुणालाही सहज हरवेल. मी इतक्यात तिला एका लग्नात भेटले.

''हाय गायत्री, छान दिसाते आहेस. काय मस्त साडी आहे.''मी तिला उत्साहाने म्हटलं.

''खरंच?'' स्वतः ला निरखत ती म्हणाली. ''ही माझ्या सासू ने दिली आहे मला. सेकंड हँड आहे. आमच्या लग्नात तिने एकही नवी गोष्ट आम्हाला दिली नाही. पण मी काही तक्रार केली नाही. जे काय बदलता येत नाही ते स्वीकारायचं, मी स्वतःला सांगते.'' माझ्याकडे बघत ती म्हणाली.

गेले एक तप पूर्ण कुटुंबाने गायत्रीची सेकंड हँड ची कथा ऐकली असल्याने मला त्यावर काय म्हणायचे कळले नाही. म्हणून मग मी विषय बदलला, ''मी आत्ता बिट्टू ला भेटले. आता चांगलाच तरुण मुलगा दिसतोय, किती उंच !''

''स्वाभाविक आहे. माझी चांगली झोप होत नाही तरीही रोज सकाळी मी ४. ३० ला उठते, त्याच्यासाठी कोरफड आणि सुकामेव्याचं ज्यूस बनवते, काय सांगू किती त्रास भोगलाय मी. गेली सात वर्षं मला आठवत नाहीए मी कधी शांत झोपल्याचं. पण मग आईला मुलासाठी हे करावंच लागतं, नाही का? आणि शेवटी झोप तरी काय?''

मला दिसत होतं, हळू हळू ती पांढरी साडी नेसलेल्या निरुपा रॉय च्या भूमिकेत शिरत होती. 'आईचा त्याग' हा विषय जरा बाजूला ठेवून मग मी तिला दुसऱ्या हलक्या - फुलक्या विषयाकडे वळवले. ''ओह, वरात आलेली दिसतीए, चल, जाऊ नाचायला.''

''तू जा. तुला माहितीए, मला नाही येत नाचता. बिट्टू च्या वेळी तो अनेस्थेशिया घेतला त्यामुळे माझी पाठ पहिल्यासारखी राहिली नाही. मी काय कळा भोगते त्या माझ्या मलाच ठाउक आहेत. पण तू जा, मज्जा कर. मी बसून बघते.'' असं म्हणत ती शेजारच्या खुर्चीत उसासे टाकत बसली. हे सगळं ऐकून माझी पण नाचायची इच्छा विरून गेली.

''तू आता सी.ई.ओ. झालीस ना कंपनीची? विचार कर, मी कायम वर्गात पहिली यायचे आणि तुला मागे टाकायचे. पण नशीबवान आहेस, तुला खूप चांगला नवरा मिळालाय, त्याला स्वैपाक पण येतो ना? आणि तू फिरतीवर असतांना तो सिद ची काळजी पण घेतो ना? खरच नशीबवान आहेस. तुला माहितीए रमेश किती निरुपयोगी

आहे. मी जरी अर्धा तास बाहेर पडले तरी लगेच तो माझ्या मोबाईल वर फोन करायला लागतो. आणि जर मी त्याला माझ्या हातचा नाश्ता आणि चहा दिला नाही तर म्हणतो की माझा दिवस चांगला जात नाही. अशा परिस्थितीत मी परत नोकरी करण्याचा विचारही करू शकत नाही. नाहीतर माझा बॉस म्हणायचा, तू एके दिवशी नक्की एमडी होशील.'' हे सगळं सांगताना ती अपार दु:खी दिसली.

मदत करणारा नवरा, न दुखणारी पाठ आणि नसलेला निद्रानाशाचा त्रास यांबद्दल अपराधी आणि लज्जित होऊन मी अजून खोल खोदत गेले.

''तुझे आईवडील कसे आहेत ? दिसत नाहीत कुठे?''

''ओह, ते आले नाहीत. आईचं पोट बिघडलंय. तिला कित्येक वर्षं अपचनाचा त्रास आहे (अनेक प्रकारचे त्रास अनुवांशिक होते). इथे येण्याआधी मी त्यांच्यासाठी ताजा स्वयंपाक बनवला आणि घरी देऊन आले. आम्हाला उशीर झाला म्हणून मग रमेश इतका चिडला.''

''पण काकूंकडे पूर्णवेळ स्वयंपाकाला बाई आहे ना?'' मी विचारले. माझ्या माहितीप्रमाणे ती होती.

''आहे, पण अशावेळी कुणाच्या तरी दुसऱ्याच्या हातचे जेवण तिला देणे मला योग्य वाटले नाही. '' गायत्री पवित्रतेने म्हणाली.

तिच्या चेहऱ्यावर त्यागाचं तेज आता इतकं तळपत होतं की मी आंधळी होईन अशी भीती मला वाटली. मला कुणीतरी ओळखीचे दिसले अशी थाप मारून मग मी तिथून सटकले.

एकेकाळी सोसणे हे प्रगल्भतेचे लक्षण समजले जायचे, पण आता ते विरल्यात जमा आहे. (नाहीतरी १९७० च्या आधीचं सगळं आता जुनं झालंय.) डिश वाशर्स, धोबी, तयार पापड, मसाले, स्वयंपाकीण, ड्रायव्हर्स आणि घर सफाई करणारे हे आपली ओझी कमी करण्यासाठीच आहेत. जर आपण त्यांची मदत न घेता, आपलंच ओझं वाढवत राहिलो तर मग आपलं कौतुक कोणी करणार नाही. उलटं लोकं आपल्या मूर्खपणावर हसतील.

सोसणारी सीता हे बिरुद आता लोकप्रिय राहिलं नाही. तो रोल आपल्याला टाळ्या मिळवून देणार नाही, त्यामुळे त्याचं भूत डोक्यातून काढून टाकूया.

आणि आता आपण समानतेवर आधारित समाजात वावरत आहोत तेव्हा आपल्या आजूबाजूला आपण असे रोल स्वीकारुया जे सकारात्मक आहेत, मजेदार आहेत जसे की सेक्सी फोर्टी समथिंग, कडक पण मस्त बॉस, उत्साही अधिकारी किंवा हुशार सहकारी!

व्यावसायिक मंत्र

✳ ओढवून घेतलेली दुःख आजच्या काळात महान समजली जात नाहीत. अव्यावहारिक आणि मूर्खपणाची समजली जातात.

✳ त्यापेक्षा काही मस्त रोल्स आपण करू शकतो– स्मार्ट आई, मादक काकू, नखरेबाज मॉडेल, गोडबोल्या एचओडी आणि सज्जन बॉस. –तुम्हाला सोयीस्कर पर्याय निवडा आणि भोगातून मुक्त व्हा!

✳ पुरुषांना अजूनही मातृत्व– गंड असतो. त्यामुळे भोगणारी सीता होऊन तुम्ही अजूनही काही अश्रू आणि सवलती त्यांच्याकडून मिळवू शकता.

६

मला दोन बटनांपेक्षा अधिक काहिही समजले नाही तरी चालेल

'चाकोरीबद्धता' अशी काही संकल्पना आहे?

मी मान्य करते की मला जे काही यांत्रिक असतं ते दुरान्वयेही कळत नाही. एखादी यांत्रिक उपकरणं सदृश्य गोष्टही मला घाबरवून सोडते आणि दोन बटनांपेक्षा जास्तीचं काहीही असलं की मी मूर्ख सिध्द होते. म्हणून मग आम्ही जेव्हा घरी टाटा स्काय बसवत होतो तेव्हा त्याचे दोन रिमोट आणि प्रत्येकी एकवीस बटणं बघून माझी घाबरगुंडी उडाली. मग मी माझ्या अधीर मुलाकडून एका आठवड्याचे धडे घेण्याचे ठरवले आणि शेवटी सेट टॉप बॉक्स आणि टी. व्ही. असं दोन्ही एकाच वेळेस सुरु करायला शिकले. नुकतंच झालेल्या गोष्टीबद्दल मला समाधान वाटत होतं तोच एका शनिवारी दुपारी नवऱ्याचा फोन आला आणि त्याने मला एक महत्वाची मॅच रेकॉर्ड करायला सांगितली. (मला अजून अशी मॅच बघायचीए जी माझ्या कुटुंबाच्या दृष्टीने महत्वाची नाही.)

जसा नवरा मला सूचना द्यायला लागला, मी माझ्या नेहमीच्या मठ्ठ आविर्भावात शिरले आणि तो जे काय सांगत होता ते माझ्या मेंदू पर्यंत पोहोचेना.

''अपु, तू टी.व्ही. लावला आहेस का? बरं , तू चॅनेल ४०२ वर आहेस? छान, आता 'रेकॉर्ड' बटण दाब. काय? रेकॉर्ड बटणंच नाहीए? अर्थातच तिथे रेकॉर्डबटण आहे अपु . नाही मी ओरडत नाहीये. बरं बरं , शांत हो. तुला एक छोटं लाल रंगाचं बटण दिसतंय का ज्यावर असं लिहिलंय? हं, तेच ते. आता दाब ते. गुड गर्ल. स्क्रीन वर रेकॉर्डिंग चा सिम्बॉल आलाय का?''

''कुठे? कुठे काय? टी . व्ही. स्क्रीन वर. देवा! अच्छा, कृपा करून रडणं थांबव.

आता स्क्रीन वर उजवीकडे वरच्या बाजूला बघ.''

नशीब, माझा मानसिक समतोल आणि नवऱ्याच्या स्वरयंत्रावर विपरीत परिणाम होण्याआधी सिद आला आणि मग रेकॉर्डिंग आणि प्रसारण दोन्हीही व्यवस्थित पार पडले.

आज मी हे मान्य करण्याच्या मनस्थितीत आहे त्यामुळे मला हेही मान्य करू द्यात की मला गाड्यांभोवतीचे वलय कळत नाही. एकापेक्षा दुसरी काय वेगळी असते? त्यांची पूजा आणि आदर कसा करायचा? कधीतरी हे ही कळत नाही की ती चालवायची कशी? माझ्या मते, कार ही बस किंवा रिक्षा सारखीच फक्त एक वाहन व्यवस्था आहे; थोडी अधिक सुखदायक म्हणूया हवंतर!

म्हणून एके दिवशी जेव्हा मी टाटा सुमो कडे नवऱ्याची ऑडी म्हणून बोट दाखवले तेव्हा तो जवळजवळ बेशुध्द पडायचा बाकी होता. या प्रसंगामुळे थोडी सहानुभूती मिळावी या अपेक्षेने जेव्हा हा प्रसंग मी माझ्या इतर पुरुष मित्रांना सांगितला तेव्हा मी आठवं पाप केलंय आणि आता मला नरकाशिवाय जायला दुसरी जागा नाही असा आविर्भाव त्यांच्या चेहऱ्यावर होता आणि त्यावर हसून–हसून अगदी जमिनीवर गडबडा लोळायची पण गरज होती असं मला वाटत नाही. गाड्यांच्या बाबतीत ते जास्तच हुशार आहेत असही फार काही नाही. अस्टन मार्टिन किंवा मिनी कुपर, ज्यात कसा–बसा एक माणूस बसतो आणि पाय लांबवायलाही धड जागा नसते अशा गाड्यांवर ते फिदा असतात. खरतरं वर उल्लेखलेली ऑडी ला आमची आधीच्या असलेल्या एकोर्ड पेक्षाही कमी लेगरूम आहे आणि आश्चर्य मला या गोष्टीचे वाटले की तिच्या किमतीच्या मानाने ती आठ लोकांनाही सामावून घेऊ शकत नाही. किमतीचे प्रतिबिंब निदान मिळालेल्या फायद्यात दिसले पाहिजे. म्हणजे साधारण दोन कुटुंब, त्यांचे पाळीव प्राणी, त्यांच्या जेवणाच्या बॉक्स आणि बाकीचं सामान एवढं तरी सामावलं पाहिजे! बरोबर? नाहीतर एवढे पैसे कोण देईल? माझं गाड्यांबद्दलच अज्ञान अजूनच अधोरखित झालं जेव्हा आमच्या चार पुरुष सहकाऱ्यांपैकी एकाने नवी गाडी घेतल्याची बातमी दिली आणि त्याच गाडीतून आम्ही प्रसंग साजरा करायचा म्हणून निघालो. मी गाडीत बसले खरी, पण हे कुणाला माहित की नव्या गाडीची काय स्तुती करायची असते! म्हणजे, वॉव, काय पॉवर? छान सस्पेन्शन? अलौकिक रिवबरिशन? आणि मी अतीच सभ्य असल्याने काहीतरी म्हणणे भाग होते. मग मी खोल श्वास घेऊन म्हटलं, ''आहाहा....., नव्या लेदर चा वास मला खूप आवडतो.''

माझा मत प्रदर्शन ऐकून एक स्तब्धता पसरली. नंतर कळलं की आम्ही त्याच्या ३ वर्षापूर्वीच्या गाडीत बसलो होतो ज्याचा रंग, आकार नव्या गाडीपेक्षा अगदी वेगळं होता. मग नव्या गाडीचे एक न एक पार्टस अगदी चेसीस नंबर सहित त्याने मला विश्लेषित करून सांगितले. बिचाऱ्याला हसावे की माझा गळा दाबावा असा प्रश्न पडला.

मला गाड्या आणि उपकरणं कळत नाहीत म्हणून मग काय मी डाव्या मेंदूचे प्रॉब्लेम्स असलेली बाई होते की काय? मला नाही असं वाटत. मी गणित येणारी तार्किक आणि बुद्धीनिष्ठ बाई आहे.

सगळे पुरुष आक्रमक आणि सत्तापिपासू असतात. त्यांच्यात एकही सहानुभूतीचे हाड नसते का? मला नाही असं वाटत. उदा. माझा नवरा. तो कायमच आमचा संगोपन कर्ता राहिला आहे. एवढी मोठी संस्था (संघटना) चालवण्याबरोबर, स्वयंपाकघराचा ताबा ही तोच घेतो. तो सुंदर स्वयंपाक करतो. आणि कुटुंबातील सर्वांनी समतोल आहार घेतला पाहिजे असा त्याचा आग्रह असतो. माझ्यावर सोडलं तर मग ब्रेड, अंडी आणि तोचतोचपणा घालवायला मधे कधीतरी नूडल्स!

इथे अजून एक गोम आहे. मला काही पुरुष माहिती आहेत जे गाड्यांच्या बाबतीत माझ्याइतकेच 'ज्ञानी' आहेत! माझ्या एका मित्राची समजूत होती की, ऑडी हे मॉडेल दुसऱ्या कुठल्यातरी ब्रॅन्ड च्या लिमिटेड एडिशन मधील होतं आणि ते खास ऑलिम्पिक साठी आणण्यात आलं का तर त्याच्या लोगो त रिंग्स आहेत म्हणून !!!

कुठल्यातरी महिलांच्या परिषदेमधे, एका शिक्षणक्षेत्रातील वरिष्ठ महिलेने असा दावा केला की महिलांना गणितात गती नसते कारण त्यांचं चलन उजव्या मेंदूने असतं. बाई आणि पुरुषा मधला फरक अधोरेखित करण्याकरता तिने हा दावा केला परंतू तिला तिचं तार्किक विधान तडकाफडकी मागे घ्यायला लागले, तिथे बसलेल्या बऱ्याचश्या महिला इंजिनिअर्स आणि विश्लेषक होत्या.

खरंतर आजच्या स्वावलंबी महिला आणि पुढारलेल्या पुरुषांच्या जगात, डावा-उजवा मेंदू थिअरी पुसली जात आहे. बिझिनेस आणि सोशल लाइफ मधूनही !

आमच्याच कंपनीत बघा- दोन सगळ्यात वरच्या पोस्ट्स, सी.ई.ओ. आणि डिजिटल हेड- दोन्हीही महिलांच्या हातात आहेत. त्याच वेळी आमचे काही पुरुष सहकारी जे विभागीय हेड्स् आहेत ते त्यांच्या टीम मधल्या बायकांचे प्रॉब्लेम्स सोडवणे, त्यांच्या वैवाहिक अडचणी ते नवजात बाळाला भरवायचे कसे? इथपर्यंत मार्गदर्शन करतात.

हे स्फटिका इतके स्वच्छ आहे की परंपरागत चाकोरीबद्धतेची व्याख्या परत बदलते आहे आणि आता आपण बाई आणि पुरुषाला हवाबंद कप्प्यांमध्ये कोंडू शकत नाही. तुम्ही जवळून बघितलंत तर उलट असं दिसेल की ते एकमेकांकडून चांगल्या गोष्टी शिकत आहेत.

हे इथे नोंदवायला हवं की पुरुष बायकांकडून जास्त शिकत आहेत, उलट नाही, याचा पुरावा आपल्या आजूबाजूला आहेच. आजकाल दुकानांमध्ये पुरुष खरेदीदार जास्त दिसतात. कपड्यांपासून ते बूट्स ते स्पा ते त्वचेपयोगी वस्तू ते घेत असतात, आणि तुम्ही कधी जर युनिसेक्स पार्लर मध्ये गेलात तर तुम्हांला तिथे सगळ्या आकारातले आणि साईझ मधले पुरुषांचे लोंढे दिसतील. मेनिक्युअर, फेशिअल, चेस्ट वॅक्सिंग आणि काय न काय !

माझा एक मित्र आहे, तो शर्ट आणायला जातो आणि येतांना, बेल्ट, ब्लॅकबेरी, नॉन–स्टिक तवा (२५ वर्षांच्या गॅरेंटी सह) आणि टन भर फळं घेऊन येतो याउलट त्याची बायको तिचे वर्षाचे कपडे १५ मिनिटात घेऊन मोकळी होते.

हा एका बाजूला झुकलेला बदल आपल्याला हे सुचवतो की बळी तो कान पिळी! बायकांकडे जे जोपासण्याचे, ऐकण्याचे कौशल्य असते ते आजच्या जगात यश खेचून आणायला आवश्यक आहे. पुरुषांचे पुढारीपण आणि बायकांच्या मागे राहाण्याचा विचार आता मागे पडलाय.

असा एक विनोद आहे की, 'एक दिवस पुरुष जात संपुष्टात येईल.' मानवाला जगण्यासाठी आवश्यक असणारे सर्व कौशल्य बाईच्या ठायी आहे आणि ज्या दिवशी त्या एक–हाती प्रजोत्पादन करण्यात पण यशस्वी होतील, पुरुषांची गरजच नाही मग ! नैसर्गिकरीत्या पुरुष जात संपुष्टात येईल.

मला खात्रीने वाटतं हे असं होईल, पण जरा वेगळ्या पद्धतीने. डायनॉसोर सारखं एका रात्रीत गायब होऊन ते हळू हळू बायकांमध्ये संक्रमित होतील.

हा जो संक्रमणाचा खेळ आपल्या डोळ्यांसमोर उलगडतोय त्याच्यावर आधारित एक अध्यात्मिक धडा मला आपल्याला द्यायचाय; तो हा की, संयम बाळगा, आपला दिवस येणार आहे याची खात्री ठेवा आणि त्याची वाट पहा. सगळे पुरावे सुचवत आहेत की, जग आपल्याला हवं त्या दिशेने चाललंय. चाकोरीबद्धता गायब होतेय, दुराभिमानामधून पुरुष बाहेर येताहेत आणि काय सांगावं? कदाचित बाई मधे विलिन होतीलही एक दिवस.

म्हणून मैत्रिणिंनो, कडवे समर्थन करणे सोडून द्या. प्रश्न फक्त वेळेचा आहे. शांत रहा. आणि लक्षात ठेवा. त्यालाच सगळं मिळतं जो थांबतो आणि वाट पाहतो!!!

व्यावसायिक मंत्र

❋ परंपरागत चाकोरीबद्ध पुरुष आणि बायका, दोन्हीही हळू–हळू धुसर होत, गायब होत आहेत.

❋ संक्रमणाच्या चक्रात, पुरुष आणि बाई एकमेकांचे वैशिष्ट्यं उधार घेत आहेत आणि बदलत्या जगाशी एकरूप होण्याचा प्रयत्न करता आहेत.

❋ येणाऱ्या काळात, बायकांची कौशल्य पुरुषांच्या लक्षणापेक्षा वरचढ ठरणार आहेत. पुरुषांना बाई मधे विलिन होण्याशिवाय पर्याय नाही.

७

काय, पुरुष स्तनपान करू शकतो?

बेबी ट्राप

करिअर करणाऱ्या बाईच्या आयुष्यातली काही सत्य पडताळून पहायच्या प्रवासाचा अर्धा टप्पा आपण पार केलाय. आपण आपला, नुसतीच पुरुषांची विटलेली छबी म्हणून नव्हे तर सामर्थ्य आणि दुर्बलता असलेली एक स्त्री म्हणून स्वीकार करायला शिकलोय. आपल्याला हे ही समजलंय की आयुष्य हे स्त्री आणि पुरुष दोन्हींसाठी थोडे अन्यायकारक असणार आहे. आपल्याला माहित आहे की काहीही असले तरी एक आई म्हणून आपल्याला सतत अपराधी वाटत राहणार आहे. आपल्या सारख्याच पुरुषांनाही त्यांच्या रोजच्या स्वतः च्या कटकटी आहेत हे आपल्याला मान्य आहे. (अर्थात बहुविध कामं एका वेळी करणं पुरुषांना जमत नसल्याने ते अकार्यक्षम आयुष्य जगतात) आणि डार्विन च्या सिद्धांताप्रमाणे 'बळी तो कान पिळी' या तत्वानुसार लवकरच पुरुष बायकांमध्ये परावर्तित होतील. तर इथून पुढे आपण कुठे जाणार?

मला तुमचं लक्ष आता अशा अवघड गोष्टीकडे वेधून घ्यायचं आहे की ज्या गोष्टीशी आपल्याला वयाच्या तिशीच्या आसपास लढावं लागतं.

चला, मी तुमची ओळख अमृताशी करून देते. ती एक हुशार कॉर्पोरेट वकील आहे जी आमच्या काही कायदेशीर बाबींवर काम करते. नॅशनल लॉ स्कूल मधून पास झाल्यानंतर तिला दिल्लीत एका प्रतिथयश लॉ फर्म मधे नोकरी मिळाली. हुशार आणि कष्टाळू असल्यामुळे तिने नोकरी मधे भर भर प्रगती साधली. वयाची सव्वीस वर्ष पूर्ण होत नाहीत तोच तिच्या आई–वडिलांनी लग्नाचा विषय काढला आणि तिही फार आढे–वेढे न घेता लग्नासाठी तयार असल्याने योग्य मुलगा शोधला आणि पंजाबी पद्धतीने

धुमधडाक्यात तिचे आणि मोहित चे लग्न झाले.कष्ट, पार्ट्या, सुट्या, हफ्ते आणि वरवर चढत जाणारा करिअरचा आलेख यामध्ये ५ वर्ष निघून गेली. अमृता आता लवकरच ३२वर्षांची होईल. एकेक करून त्यांचे मित्र आता बाळ घरी आहे हे कारण देऊन पार्टी कंपू मधून बाहेर पडायला लागलेत आणि तिला आता अधुरेपणाची जाणीव व्हायला लागली आहे. आता मातृत्वाची ओढ वाटते आहे आणि रडक्या आणि कुरकुरणाऱ्या बाळांपासून पळून जाणाऱ्या तिच्या मनाला, तीच छोटी मुलं गोड दिसायला लागली आहेत. खरं तर अमृता आणि मोहित गेले वर्षभर या गोष्टीबद्दल चर्चा करतायत, पण योग्य वेळ साधता येत नाहीए. गेले अर्ध वर्ष मोहित आंतरराष्ट्रीय प्रोजेक्ट वर काम करत असल्याने महिन्यातून एकदा वगैरे भारतात येतो आणि ह्या वर्षी अमृता 'कनिष्ठ भागीदारच्या पोस्ट' साठी प्रतीक्षेत आहे. तिला भीती आहे की तिने गरोदर आहे असे जाहीर केलं तर ती ही पोस्ट गमावून बसेल आणि तेवढेच नव्हे तर ती तिच्या कट्टर शत्रू, बाला कडे जाईल. मोहितला कळत नाही काय प्रॉब्लेम आहे ते. ''डार्लिंग तुला जर बाळ हवंय तर अडचण काय आहे? मी तयार आहे. चल, शुभ कार्यास आजच रात्रीच सुरुवात करू. तिकडे फ्रीज मधे एक मस्त वाईन चील करायला ठेवलीये. काय विचार आहे मग?'' मोहित अमृताला चिडवत म्हणाला.

''उफ़्फ़, प्लीज, मोहित, बोलणं सोपं आहे पण बाळाला या जगात आणण्यापूर्वी किती गोष्टींचा विचार आणि तयारी करावी लागते. ती खूप मोठी जबाबदारी आहे.'' अमृता वैतागत म्हणाली.

''तुला असं वाटतं की मला ते माहित नाही?'' मोहित थोडा दुखावला गेला.

''नाही, तसं नाहीये. पण आपल्याला कसं जमणार हे? कोण सांभाळणार त्याला?'' अमृता म्हणाली.

''पण मला वाटलं दोन्ही बाजूच्या आई-वडिलां नी आडून-आडून बाळाच्या संगोपनाची तयारी दर्शवलीए. मग अडचण कुठंय?''

''पण गरोदरपणाच्या दिव्यातून मलाच जायला लागणार ना? ते दुसरं कोण करणार आहे माझ्यासाठी?'' उपरोधिकपणे अमृता म्हणाली.

आता मोहित मात्र पुरता गोंधळून गेला. हे संभाषण तिने सुरु केलं. जर तिला मूल हवंय तर ते तिच्याशिवाय कोणाला होणार? आणि जर तिला मूल नको असेल तर मग ते ही चर्चा का करतायत? पण बिच्चाऱ्या गोंधळलेल्या अमृताला तिचा राग स्पष्ट करता

येईना. तिचे त्याच्यावर प्रेम आहे, हा त्याचाही दोष नाही आणि ह्याबद्दल तो काहीही करू शकत नाही. हे सगळं तिला कळतंय.

अमृताला मूल हवंय आणि तिला माहित आहे की तिला यासाठी तिच्या नोकरी मधून काही काळ मग ते प्रसूती रजा किंवा त्याही पुढे जाऊन काही महिने वा वर्ष ब्रेक घ्यायला लागेल आणि तिला ह्याचा राग आहे की ह्याची जबाबदारी मोहित वर न येता तिच्यावर येणार आहे. मूल त्याचं पण आहे मग तिनेच का ब्रेक घ्यायचा? पदोन्नती वर पाणी सोडायचे? (तिला आत्ताच बाला केबिन मधे आणि ती स्वतः क्युबिकल मधे बसलेली दिसायला लागलीए)

थोडक्यात मूल बनविण्याच्या प्रक्रियेत मुख्य उत्पादक ही बाई असते, आणि पुरुष फक्त ओ.ई.एम. चे काम करतो. फक्त विशेष भाग पुरवठादार! अगदी आत्तापर्यंत समानतेवर आधारित असलेल्या लग्नात आता त्यांना जास्तीचा भार उचलायला लागतो; हे जरा त्यांच्यासाठी धक्कादायक असतं आणि इथून साहजिकच थोड्या कुरबुरींना सुरुवात होते.

परवाच माझ्या ऑफिस मधली सहकारी मला सांगत होती की तिच्या बाळंतपणाच्या वेळी टेबल वर असताना तिला तिच्या नवऱ्याचा खून करावासा वाटत होता. तो बिच्चारा तिच्या शेजारी उभा राहून तिला धीर देत होता आणि तिला त्याचा संताप येत होता (मला वाटतं ९०% बायका बाळंतपणा वेळी टेबलवर असतांना त्यांना असंच वाटतं असतं.)

एकूण हा सगळाच प्रकार तापदायक असतो आणि तेव्हा तुमच्या नवऱ्याचा द्वेष वाटणं साहजिक आहे. (अजून मूल न झालेल्या बायकांनी पुढचे दोन परिच्छेद वाचू नयेत, नाहीतर अ-मातृत्वाच्या सद्य परिस्थितीतून त्या बाहेर येण्याची शक्यता खूपच कमी आहे)

तुम्ही व्हेल माशा सारखे निपचित एका गार टेबलवर पडले आहात, तुम्हाला तुमचे व्यायाम आठवत असतांना डॉक्टर्स आणि नर्सेस विचित्र आवाज करत आजूबाजूला धावत असतात. त्यांना तुमच्या दुखण्याची काही एक पर्वा नाहीए अधून-मधून येउन ते फक्त तुमची डायलेशन लेवल तपासतात आणि निर्देश करतात फक्त ६ इंच! अजून खूप वेळ आहे आणि निघून जातात. बऱ्याच वेदनेनंतर आणि खुपशी लोकं तुमच्या पायांमध्ये बघून गेल्यानंतर शेवटी डॉक्टर येतात आणि म्हणतात', ''छान, नऊ इंच आता मला वाटतंय मला ८ च्या शो ला जाता येईल. माझ्या बायकोला खूप बघायचाय हा सिनेमा.

मी तिला नाराज करायला नको नाहीतर कॅन्टीन चे जेवण पुढच्या आठवडाभर!'' असं निर्दयीपणे हसून ते वॉश घ्यायला जातात. तुम्हाला खात्री पटलेली असते की तुम्ही आता मरणार आणि डॉक्टर मात्र कुठला सिनेमा बघणार ह्याची चर्चा करत असतात. खरंच नवऱ्या सकट सगळे पुरुष हे हलकट आहेत.

बऱ्याच वेळेनंतरच्या वेदनामय नाट्यानंतर जेव्हा ते तान्हं बाळ तुमच्या छातीशी ठेवलं जातं तेव्हा लगेचंच तुम्हांला काय ते म्हणतात त्याप्रमाणे स्वर्गीय मातृत्वाचा प्रत्यय वगैरे काही येत नाही. अर्थात तो येतो पण नंतर. त्यावेळी मात्र तो छोटासा लाल गोळा आपल्या वेदनेला कारणीभूत होता म्हणून तुम्ही त्याला जरा खुन्नसच देता. मातृत्वाचं सुख भोगण्याआधी अनेक जागवलेल्या रात्री आणि आपण फक्त एक स्तनपान करणारी गाय आहोत आणि एका दुसऱ्या जीवाला पोसण्याचा आणि दर दोन तासांनी त्याला साफ करण्या पलीकडे आपण काही नाही असल्या भावनांचा सामना करावा लागतो. यानंतर बाल संगोपनाच्या या काळात बायका वरचेवर नवऱ्यावर राग काढत राहतात. मुख्यत्वे जेव्हा त्यांना मूलभूत प्रश्न पडतात! मूलं झाल्यावर, मी माझी फिगर का बिघडवून घ्यायची? तो तोंडात वाट्टेल ते टाकत बसलेला असतांना मी मळमळ का सहन करायची? मी गायी सारखं घरी बसून स्तनपान करायचं आणि हा मात्र पार्ट्या करणार, मूल तर आमच्या दोघांचं आहे, मग असं का?

हा राग कधी कधी टोकाला जाऊन लग्नबंधनात दरी आणू शकतो. आपल्याला हे ठाऊक असतं की वर उल्लेखलेलं काहीही करणं पुरुषाला शक्य नाही; शेवटी पुरुष हा स्तनपान करू शकत नाही आणि मूल जन्मालाही घालू शकत नाही !! तेव्हा का उगीच त्यांना त्रास द्यायचा?

तुम्ही पहिले काही महिने चिकाटीने पार केलेत तर हा वैताग फार काळ टिकत नाही. आपल्याला थोडं बरं वाटायला लागतंय तोच छोटं बाळ आपल्याला पप्पी देतं, आश्चर्याने बघतं, आपल्या सगळ्या हालचाली निरखत असतं आणि मग हळू हळू आपल्या भोवतीचं जग मुकं होतं आणि आपल्यासाठी उरतं आपण आणि आपल्या बाळाने निर्माण केलेलं दोघांचं छोटंसं जग !

म्हणून, मैत्रिणींनो, आपण एक गोष्ट समजून घेऊया आणि स्वीकारुया की मूल जन्माला घालायची प्राथमिक जबाबदारी ही आपलीच आहे आणि जी गोष्ट जीवशास्त्रीय दृष्ट्या आपल्या नवऱ्यांना शक्य नाही त्याबद्दल आपण राग मानून घेणे योग्य नाही. आणि आपल्याला कितीही वाटले तरीही हा जॉब आपण आऊटसोर्स करू शकत नाही. (याला

किरण–आमीर सारखा एखादाच अपवाद असू शकतो, पण तुम्हाला माहितीए मी काय म्हणतेय ते !!)

व्यावसायिक मंत्र

* बऱ्याच बायकांच्या आयुष्यात अशी वेळ येते की बाळंतपण आणि बालसंगोपन यासाठी त्यांना आपल्या करिअर मध्ये लहान –मोठा ब्रेक घ्यायला लागतो. पण त्याबद्दल राग न मानून घेता ते आपल्याला स्वीकारता आलं पाहिजे.
* हा सगळा बाळंतपणाचा त्रागा आपल्याला आपल्या छोट्या बाळाचे निरागस हास्य दिसेपर्यंतच राहतो.
* पुरुषांना दोष देण्यासाठी इतर बऱ्याच गोष्टी असतात, ज्या गोष्टी ते किंवा तुम्ही बदलू शकत नाही त्या साठी त्यांना दोष का द्यायचा?

८

बाई वयाबरोबर बरी होत जाते

आन्टीजी!

जेव्हा चाळीशी दृष्टीक्षेपात यायला लागते तेव्हा बाई ला काहीतरी व्हायला लागते.हे मी माझ्या बऱ्याच मैत्रिणींच्या बाबतीत बघितलंय. ३९ व्या वाढदिवसापासून त्या विचित्र वागायला लागतात. पुरुषांच्या मिड–लाइफ क्रायसिस मधे त्यांच्या हर्ले डेविडसन खरेदी करण्यापासून, अंगभर टॅटूज करणे ते अगदी २६ वर्षीय युवतीशी प्रेमप्रकरणे करणे ह्या सगळ्याची नोंद ही ठेवली गेलीए. पण दुर्दैवाने बायकांना ह्या वयात नक्की काय होते याची नोंद कुठेही नाही. तेव्हा आपण इथे थोडा वेळ ह्या मुद्द्याची चर्चा करून त्याचा सामना करण्याचा मार्ग कुठला ते बघूया.

चाळीशी समोर दिसायला लागली की पहिली कुठली गोष्ट बायका करत असतील तर ती म्हणजे क्रॅश डाएट! कुठल्यातरी नटीच्या पाऊलावर पाऊल ठेवून त्या वजन कमी करतात आणि नंतर शॉपिंग ला निघतात. मग जे कपडे साधारण विशीत शोभून दिसतात ते त्या वेळी न परवडल्यामुळे किंवा आणिक कशामुळे असेल त्या आता विकत घेतात. असे अशोभनीय कपडे घालून मग त्या पार्टी साठी तय्यार !

अशा पद्धतीने जोमाने स्वतःला ढकलत त्या समाज चक्रात सामावयाचा प्रयत्न करतात. अर्थातच, डायट मुळे ओढले गेलेले चेहेरे आणि शिडशिडीत पाय यामुळे त्यांना तुम्ही निव्वळ गिधाडांसारखे दिसता असं सांगायला कोणी जात नाही.(एकदा मी माझ्या एका मैत्रिणीला असं सांगायचा प्रयत्न केला आणि माझं डोकं जवळ–जवळ फोडून घेतलं.) गेले १५ दिवस ती फक्त सॅलेड पत्ता आणि उकडलेला भात यावर जगत होती हे ऐकल्यावर तत्परतेने तिला माफही केलं. छोटे फ्रॉक घालून, येणाऱ्या–

जाणाऱ्याला, आपण किती वजन कमी केलं असं त्या आपले हाडके गुढगे दाखवत सांगत असतात. (खरंतर २० वर्षे तुमच्याशी समर्पित असलेल्या नवऱ्याशिवाय हे असले गुढगे कुणालाही दाखवायच्या लायकीचे नसतात.

याही पुढे जाऊन मी असं म्हणेन की फॅशन पोलिस सोडून इतर कुणालाही या वयाच्या बाईच्या अशा वागण्याचा त्रास होण्याचं काही एक कारण नाही. हे एक प्रकारचं बंडच आहे ज्याचे मूळ हे खालिल दोन गोष्टीत आहे.

पहिली म्हणजे, ह्या बायका जेव्हा वयात येत होत्या आणि त्यांच्याकडे हेवा वाटेल अशी फिगर होती तेव्हा आजच्या सारखे फॅशनेबल कपडे उपलब्ध नव्हते. (हा काळ म्हणजे साधारण जेव्हा हिरोइन्स सिल्क ची साडी किंवा ढगळ सलवार कमीज किंवा फ्रील चे फ्रॉक्स असं काहीतरी घालत जे फिगर ला अधोरेखित करत नसत.याला अपवाद म्हणजे सिल्क स्मिता! जिच्या बाबतीत कपडेच खुद्द तिच्या फिगर शी मिळते – जुळते घेत!)

दुसरी गोष्ट म्हणजे वयाच्या तिशी नंतर भारतीय बायका ह्या अभावितपणे कोपऱ्यात ढकलल्या जातात. ह्याला दुसरे कुठले कारण नसून आन्टी हे लेबल वयाच्या २८ नंतर किंवा लग्नानंतर (जे काय आधी असेल) त्यांना सहजपणे लावले जाते. अगदी पोस्टमन पासून, किराणावाला, शेजाऱ्याचा आगाऊ मुलगा त्यांना आन्टी म्हणून संबोधायला लागतात. माझ्या मतानुसार कुठल्याही बाई ला आन्टी म्हणून संबोधलेले आवडत नाही. हिंदी सिनेमातल्या नट्यांना तिशी नंतर ज्या हिरो बरोबर आधी हिरोइन ची भूमिका केली तिथे आता हिरो च्या आई–बहिणींचे रोल करायला लागतात. हा म्हणजे सरळ सरळ अपमान आणि असमानता आहे. पहिल्यांदा आन्टी चा उल्लेख हा धक्कादायक आणि खेदकारक असतो आणि प्रत्येक उल्लेखाबरोबर तिची स्व प्रतिमा तळागाळाला जाते. जवळ–जवळ एक दशक आन्टी म्हणून संबोधलं गेल्यावर आणि मी स्वतः चा स्वीकार आन्टी म्हणून करून घेतल्यानंतर एकदा चेन्नई च्या रस्त्यावर एक रोड छाप रोमिओ ने माझ्याकडे बघून शिट्टी मारली आणि माझा पाठलाग केला तेव्हा मला आपली छेड काढली जाती आहे हे आधी जाणवलेच नाही, उलट मी मान्य करते की मला थोडं 'बरंच' वाटलं. (एकतर मी पस्तीस वर्षीय गेली १० वर्ष आन्टी च लेबल मिरवतीये आणि तरीही माझी छेड काढली जातीये वा!) पण क्षणार्धात पुढे सरसावून मी त्याच्या श्रीमुखात भडकावली. अशा लोकांना ठणकावलच पाहिजे अशी माझी भूमिका आहे. पण तरीही आता मी हे मनापासून केलं नाही.

आता तुम्हाला पटलं की चाळीशी च्या परिपक्व वयाला येताना बायका अशा का वागतात; त्याला कारणच तसं असतं. जर वेळेआधीच त्यांना तुम्ही आन्टी म्हणून कोपऱ्यात ढकललत तर आता त्यांचं हे बंड हे स्वाभाविक आहे.

माझ्या चाळीशीतल्या मैत्रिणी मला सांगतात की चाळीशीच्या उंबरठ्यावर पाऊल ठेवतांना त्यांना जास्त आत्मविश्वास असतो आणि कुठलंही आव्हान घेण्यासाठी त्या समर्थ असतात. आतापर्यंत एकतर कमजोर असल्याने किंवा व्यस्त असल्यामुळे त्यांना ते जमलेले नसते. आपण या बायकांचा, आतापर्यंतच्या आयुष्याचा आलेख बघितला तर त्या काय म्हणत आहेत त्यातलं सत्य तुम्हाला कळेल.

पौगंडावस्थेत असतांना त्यांच्यात एक अवघडलेपण असतं. त्यांना आपल्या पालकांची, कपाळावर आलेल्या पुटकुळीची, आपण घातलेला ड्रेस हा फारसा काही चांगला नसल्याची, आपले काही अवयव हवा तो आकार घेतायेत, पण फार वेळ लागतोय अशी कशाचीही लाज वाटू शकते. अशा अवस्थेत या एकतर एखाद्या गोड मुलाने हसून बघितलं म्हणून एकदम हवेत किंवा एखाद्या जिवलग मैत्रिणीचा फोन आला नाही म्हणून एकदम गर्तेत जातात. हे सगळं फार अवघड असतं.

जेव्हा त्या विशीत येतात तेव्हा त्या सगळ्याच गोष्टींबाबत जरा जास्त आग्रही होतात. मला सगळ्या पार्ट्यांना बोलावले जातेय ना, माझ्याकडे जास्तीत जास्त अत्याधुनिक कपडे आणि बॉयफ्रेंड्स आहेत ना. वगैरे वगैरे. इथे गोष्टींच्या दर्जा पेक्षा त्याची संख्या महत्वाची ठरते.म्हणूनच त्या पालिका बाजार ते लिंकिंग रोड अशा ठिकाणी शॉपिंग करतात. हीच गोष्ट बॉयफ्रेंड्स आणि एकूण राहणीमान यांनाही लागू होते. तुमचे मूल्य हे तुम्हाला वाढदिवसाला मिळणाऱ्या फुलांच्या गुच्छावरून, वीकडेज ना केलेल्या पार्ट्यांवर आणि त्या पार्ट्यांमध्ये प्यायलेल्या टकीला शॉटस वर ठरवले जाते. एकूण असुरक्षित असा हा काळ असतो.

त्यानंतर तिशी. मध्यमवयीन काळ. एक मूल आणि नवरा पदरात. आयुष्य या काळात अचानक व्यस्त होऊन जातं आणि त्या बायको, सून, आई, मुलगी अशा चक्रात भिरभिरत असताना व्यावसायिक शिडी ही चढायच्या प्रयत्नात असतात. कर्जाचे हफ्ते भरता-भरता शेजारचा मुलगा आपल्याला कधी आन्टी म्हणायला लागला हे त्यांच्या लक्षात सुद्धा येत नाही.

मग येते वैभवशाली चाळीशी. आतापर्यंत मिळवलेल्या यशामुळे आता यांच्यात एक आत्मविश्वास आलेला असतो. आपल्या जमेच्या बाजू काय आहेत आणि आपण

आपल्यकडे जे आहे त्याबद्दल समाधानी आहोत, आता आपल्याला कोणालाही काहीही सिद्ध करून दाखवायचे नाही अशा परिस्थितीत या आलेल्या असतात. जे काय वाटेल ते त्या घालू, बोलू आणि करू शकतात. आता जरी ह्या थोड्या स्थूल झालेल्या असल्या तरीही अनुभव आणि पैसा यामुळे त्या चांगल्या प्रतीचे कपडे घेऊ शकतात. मुलांना त्यांची फारशी गरज राहिलेली नसते आणि नवरा गोल्फ खेळण्यात व्यस्त असल्याने ह्यांच्याकडे स्वतः साठी भरपूर वेळ असतो जो ह्या स्पा, मेडीटेशन, पार्ट्या, क्लासेस, वाचन, नवा व्यवसाय इत्यादी मधे घालवतात. एकूणच ह्या वयातल्या बायकांमध्ये एक प्रकारचं आकर्षक स्वत्व दिसतं. आणि आन्टी च रुपांतर अचानक कॉगरे मधे होतं.

चला, वयाबरोबर वाढत जाणाऱ्या सगळ्या आनंददायी गोष्टी आपण स्वीकारूयात. आपण वाढत्या वयाबरोबर बऱ्या होत जातो आणि वर्षागणिक वाढत जाणाऱ्या आत्मविश्वासामुळे ऑफिस मधे, व्यवसायात, घरी आपल्या हक्काचे स्थान मिळवतो.

खोल-खोल गळे, गाठाळलेले गुढगे आणि उतू चाललेला आत्मविश्वास बरोबर घेऊन चालू लागूया. कोण काय म्हणेल? याची पर्वा न करता, ते करूया जे तरुण असताना जबाबदाऱ्यांमुळे आणि हिम्मत नसल्याने करायचे राहून गेले!!

व्यावसायिक मंत्र

* वयपरत्वे बाईचा आत्मविश्वास आणि सकारात्मकता वाढत जाते. कमी झालेल्या कौटुंबिक जबाबदाऱ्यांमुळे ती स्वतः वर लक्ष केंद्रित करू शकते आणि आपल्याला नक्की काय हवे याचा शोध घेऊ शकते.

* तरुणपणी जे काय करायचं राहून गेलं मग तो नवा व्यवसाय किंवा पॉटरी शिकणे असे काहीही असेल, स्वतः ची कुवत सिध्द करण्यासाठी हा काळ बाई साठी उत्तम असतो.

* मी मान्य करते की तुम्ही तुम्हाला हवं ते करू शकता आणि मी त्याला दुजोरा ही देते, पण तरीही अगदी मनापासून तुम्हांला आर्जव करते की फ्रॉक्स आणि फ्रील्स मग त्या कितीही फॅशनेबल असल्या तरीही वयस्क बायकांना शोभत नाहीत. कृपा करून ते टाळा!

* तुमच्या रंध्रा-रंध्रातून प्रतीत होणारा आत्मविश्वास, अनुभव आणि स्टाईल ही तरुणांना आकर्षित करते, म्हणून मजा करा, फॉगर लेडिज!

१

आपण सगळ्या साईझ झिरो होऊ शकत नाही

सुडौल पणा इन आहे की आऊट?

आपण आत्ताच पाहीलं. स्त्रिया उशिरा 'फुलतात'. वयपरत्वे आपण आपल्या नातेसंबंधात आत्मविश्वासू आणि सकारात्मक होत जातो. आयुष्यातला बराच काळ आपल्याला स्वतःबद्दल हा विश्वास नसतो आणि मला तर अशा अनेक बायका ठाऊक आहेत की त्या जश्या आहेत त्यातच समाधानी आहेत. पण या 'झिरो साईझ' च्या काळात मला अजून अशी कोणीही भेटली नाही की ती जशी दिसते त्यात आनंदी आहे. 'शी: मी कित्ती जाड दिसतेय', 'मी कधी छान दिसणार?', 'माझं नाक जरा आपरं असायला हवं होतं.' 'मी इतकं बारीक नसायला हवं होतं' (अशा बायकांचा राग आहे मला!)

'मी उजव्या बाजूने बरी पण डाव्या बाजूने अगदीच वाईट दिसते, प्रामुख्याने, दुपारी उशिराच्या प्रकाशात' आणि सगळंच ठीक असेल तर मग 'मला एखादी खळी असती तर बरं झालं असतं'. त्या कितीही सुंदर असल्या तरीही स्वतःत काहीतरी खोट काढतातच (मी असं ऐकलंय कि ऐश्वर्याला तिच्या कानाच्या पाळीचा आकार अजिबात आवडत नाही!) त्यामुळे आपण आहोत त्यापेक्षा वेगळे दिसण्यासाठी त्या सतत धडपडतात. मला, त्यांच्या वरवरचे बदल करण्याबद्दल काहीच हरकत नाहीए जसे की उंच दिसण्यासाठी उंच टाचेच्या चपला, गोरं दिसण्याची क्रीम्स, सीट फार दिसू नयेत म्हणून घातली जाणारी कोर्सेट्स. पण त्या जेव्हा कॉस्मेटिक सर्जरी, टमी टक्स, बोटोक्सं असले कायमस्वरूपी उपाय करायला लागतात तेव्हा ते भीतीदायक असतं. एकदा केलं की परत मागे जाता येत नाही. माझ्याच ओळखीच्या एका जुन्या अभिनेत्रीला हे कटू सत्य जाणवलं.

मी ज्या वेळी 'लाईफस्टाईल चॅनेल' ची मुख्य म्हणून काम करत होते त्यावेळी प्रीता राय नावाची एक माजी सुंदरी आणि एका फिल्म ने प्रसिद्ध झालेली नटी आमच्या शोचे सूत्र संचालन करायची. हा शो 'ओपरा विनफ्रे' च्या धर्तीवर बेतला होता ज्यात वेगवेगळ्या सेलीब्रेटीज बरोबर गप्पा असायच्या. तुम्ही विचारायच्या आधीच मी सांगते की प्रीता राय ची निवड ही तिच्या 'सेलीब्रेटीज' शी आणि आमच्या लाईफस्टाईल चॅनेल चे सर्वेसर्वा यांच्याशी असलेल्या संबंधां मुळे झाली होती त्यामुळे आम्हाला तिला तळहाताच्या फोडासारखे जपावे लागे. शोची थीम ही नाट्यपूर्ण आणि भावनांनी लडबडलेली असल्या कारणाने त्या आठवड्याच्या सिलेब्रेटीची दुखःद कहाणी ऐकून अश्रूंच्या पुरात वाहून जाण्यासाठी आम्हाला प्रत्येक तिसऱ्या भागाला संचालक आणि बघ्यांचा मोठ्ठा वर्ग लागायचा. शंभर निर्मात्यांसमोर हात पसरले आणि फुटपाथ वर झोपलो तेव्हा जाऊन कुठे मला ब्रेक मिळाला. 'माझ्या बॉयफ्रेंड वर उपकार करत मी आयटेम नंबर केला' आणि 'तो मला सोडून गेला, नाहीतर मला फक्त चांगले आणि अर्थपूर्ण रोल च करायचे होते.'

आमचं शुटींग सुरु झाल्यानंतर एक पंधरा दिवसांनी रात्री १ वाजता मला प्रीता चा फोन आला. ''आत्तापर्यंत मी तुला शुटींग च्या इथे कसं बघितलं नाही, डार्लिंग?'' तिने मला वैतागत विचारले.

''प्रीता, मी चॅनेल लॉच च्या गडबडीत होते. सगळं ठीक आहे ना?'' सेटवर सगळं काही ठीक चाललं नसल्याची कुणकुण मला लागलीच होती पण नक्की काय प्रॉब्लेम होता हे बघायला मला वेळ झाला नव्हता.

''शो मस्तच चाललाय, इतक्या दिवसांनंतर कॅमेऱ्यासमोर उभं राहायला मजा येते आहे. आणि हे सेलिब्रेटीज माझे वैयक्तिक मित्र असल्यामुळे काहीच प्रॉब्लेम नाही. पण तू प्रॉडक्शन टीम मात्र तेवढी बदल बदलच!'' तिचा थोडा तक्रारीचा सूर मला ऐकू आला.

''का? मी माझी सर्वोत्तम टीम तुझ्यासाठी कामाला लावलीये प्रीता! मला तुझी व्यावसायिकता माहितीए.''

''डार्लिंग, त्यांना प्रकाशयोजना, त्याचे तंत्र काहीही माहित नाहीए. माझ्या चेहऱ्यावर सगळी सावली येते आणि ते मला चांगल्या पद्धतीने कुरूप बनवतायेत.'' ती रडवेली झाली.

''बरं बरं तू आता काळजी करू नकोस, मी काय ते बघते.'' मी हळुवारपणे म्हणाले. ''आणि झोप आता, आपल्याला डोळ्याखाली भयावह काळी वर्तुळं नको

आहेत ना, काय?''

तिला कसं सांगायचं की हा प्रकाशाचा खेळ नसून तिच्या वाढत्या वयाचा होता!

प्रीताची नाटकं चालूच राहिली आणि आम्हाला अपेक्षित असा आकार शो काही घेईना. त्याकरता मी दोनदा पूर्ण प्रोडक्शन टीम बदलली, मग कार्यकारी निर्माता, मग लेखक. पण प्रीता सहित सगळ्यांनाच दिसत होतं की शो साफ तोंडावर पडतोय आणि आमच्यापैकी कोणालाच कारण सापडेना जोपर्यंत दिग्दर्शक माझ्याकडे आला आणि म्हणाला, चला मला तुम्हाला काहीतरी दाखवायचंय असं म्हणून त्याने आतापर्यंतचे फुटेज दाखवायला सुरुवात केली.

'' ...... आणि म्हणून माझ्या आई ने मला शाळेतून काढून घेतले आणि निर्मात्यांकडे चकरा मारायला लागली; जेव्हा माझे वडील वारले.'' तरुण तारका सद्गदित होत म्हणाली.

कट टू प्रीता प्रतिसादाचा शॉट. प्रीता च्या चेहऱ्यावर स्तब्ध आणि थिजलेले हास्य! ओह बिच्चारी!

''पहिला निर्माता ज्याने मला ब्रेक दिला, रात्री दारू पिऊन तो माझ्या वॅनिटी व्हॅन घुसला'' तरुण तारका चेहऱ्यावर ओघळणारे अश्रु पुसत सांगत होती.

आणि जेव्हा मी त्याला विरोध केला तेव्हा त्याने मला, 'सिनेमातून काढून टाकीन आणि पैशासाठी तू माझ्यावर भावनिक दबाव टाकते आहेस असं मी जगजाहीर करीन' अशा शब्दात धमकावलं. तरुण तारका आवेशान बोलत सुटली.

कट टू प्रीता प्रतिसादाचा शॉट. प्रीता च्या चेहऱ्यावर स्तब्ध आणि थिजलेले हास्य ओह माय गॉड, काय घाणेरडा माणूस!

तुम्ही बघा काय होतंय ते. दिग्दर्शक गुरगुरला. तिला एकही प्रतिसादाचा शॉट चांगला देता येत नाहीए. तिचा चेहरा किती माठ आहे. नाहीतर अशा कहाण्यांनी तुम्हाला काय टीआरपी मिळवून दिला असता. असं म्हणून तो भिंतीवर डोकं आपटायला लागला.

''पण असं का? मला आठवतंय ती काही इतकी वाईट अभिनेत्री नव्हती. आता काय झालं तिला?''

''ओह, कारण तिने बोटोक्स केल्यामुळे तिच्या चेहऱ्यावरच्या शिरा सगळ्या थिजून गेल्याएत'' – बाजूला उभा असलेला कार्यकारी निर्माता म्हणाला.

बिचारी प्रीता! शो न चालायचं ते कारण होतं तर! आम्हाला नाट्य पूर्ण अशी संचालक हवी होती ही तर बर्फ कन्या निघाली.

शेवटी तिचा पिच्छा सोडवून घेऊन आम्हाला शो माघारी घ्यावा लागला.

तारुण्याला पकडून ठेवायचं कसब प्रीता ने कसबसं साधलं पण ते भावनारहित चेहऱ्याच्या बदल्यात! आणि त्याहूनही सुरकुतलेल्या चेहऱ्याची ती आम्हाला चालली असती जर तिला भावना उद्दीपित करण्याचं नाट्य सेलिब्रेटीज आणि प्रेक्षकांबरोबर साधता आलं असतं.

प्रीता सारख्या अनेक बायका आज सुंदर दिसण्याच्या हव्यासापायी स्वतः ला कापून घेऊन, विषवून घेऊन, उपाशी राहून शेवटी स्वत्व गमावतात.

जेव्हापासून करीनाने आपल्याला दाखवलं, आपण सगळे झिरो फिगर च्या आसपास जायचा प्रयत्न करू लागलो आणि आपल्याला एक अंकी माप हे आवाक्यात येतंय तोच सौंदर्याचा मापदंड पुन्हा बदलला.-----माझ्या बारीक मैत्रिणीला जाणवल्याप्रमाणे! तिच्या नवऱ्याने तिला हळुवारपणे थोडं वजन वाढवायला आणि शरीरयष्टी थोडी अधिक कमनीय करायला सुचवले तेव्हा योगायोगाने त्यांनी नुकताच डर्टी पिक्चर हा सिनेमा बघितला होता. विद्या बालन आठ ते ऐंशी वयोगटाची पिन–अप गर्ल झाली आणि एका रात्रीत कमनीय असणं परत फॅशन मधे आलं. पुरुषांनी बायकोसाठी आणि गर्लफ्रेंड साठी घरी आईसक्रीम आणायला सुरुवात केली. (मला आठवतं अमृतसरला माझे काका हे करायचे . तेव्हा घरी येतांना काहीतरी घेऊन यायची पद्धत होती नाहीतर दरवाजे सहजा–सहजी उघडायचे नाहीत). खरोखर पुरुषांनी आपल्या बायकांना पथ्य सोडून द्यायला प्रवृत्त केले आणि गुज्जू नाहीतर पंजू जेवण पुढे करत आपल्या मूळ आकारमानाकडे येण्याकरता उद्युक्त केलं!!

अद्ययावत दिसण्यासाठी हाडकुळ्या करीना चे अनुकरण करता–करता बायका एकदम पुष्ट विद्या मधे परावर्तीत व्हायला लागल्या. ''खायचं कसं'' हेच विसरल्यामुळे ब्रेड च्या तुकड्या पेक्षा अधिक रुंदीचं काही गिळायला त्यांना त्रास व्हायला लागला. इतक्या वर्षांच्या कॅलरीज् आणि ताटात ठेवलेलं पॉजिटिव्ह आणि निगेटिव्ह पी.यु.एफ आणि एम.यु.एफ मोजण्या मुळे त्यांना जास्त ''अन्न''या संकल्पनेला सामोरं कसं जावं

ते समजेना. त्यातल्या बऱ्याच जणी अश्रू गाळीत आयुष्यात पहिल्यांदाच रसगुल्ल्यांची चव चाखत होत्या.

याउलट, प्रसिद्ध गायिका उषा उथप! तिला किती आत्मविश्वास आहे आणि ती किती कूल असते हे तिच्याकडे पाहिल्यावर कळतं. तिचा घोगरा आवाज आणि तिची गाणी ऐकल्यावर, पाश्चिमात्य गायिकेची प्रतिमा जगभर काय असते त्याकडे बघून तिने तोकड्या ड्रेस मधे स्वतः ला घुसवायला पाहिजे होतं पण चांगल्या खात्या-पित्या घरची देहयष्टी, कांजीवरम साड्या, केसात गजरे आणि पायात बूट अशी ती आपल्यासमोर येते. तिच्या स्वतः च्या युनिक स्टाईल मधे. काय तिचा स्वतः वरचा विश्वास - तिला बघणं आणि ऐकणं म्हणजे परमानंद असतो !

सौंदर्याची जी पुरातन व्याख्या पुरुषांनी आपल्या मनामध्ये बिंबवली आहे तिच्या मागे धावण्यापेक्षा अशा बायकांचे अनुकरण करायला हवे ज्यांना स्वत्व जपण्याचे कसब जमले आहे. आपण स्वतःला स्वीकारायला आणि स्वतःवर प्रेम करायला शिकले पाहिजे. मला खात्री आहे, बाहेरचे सगळे दबाव झुगारून आपण जसे आहोत तसे एकदम छान आहोत या प्रत्ययाला आपण पोहचू आणि मग थोडी पावडर, लिपस्टिक आणि नेलपेंट आपण पुढे सरसावायला तयार !

व्यावसायिक मंत्र

* आपल्या प्रत्येकाला आपली स्वतःची अशी ओळख असते, ती आपण लपवून आधुनिकतेच्या मागे का लागतो?
* आपली ओळख ही आपल्या आत असलेल्या स्वत्वामधून येते. स्वतः सोबत सहज वावरणं हे आपल्या आत्मविश्वास आणि स्वाभिमान यासाठी आवश्यक आहे.
* उडी घेण्याआधी विचार करा! आपल्या शरीरावर कायमसाठी कोरून घेतलेले टॅटूज, थिजलेल्या चेहऱ्यावरच्या शिरा ह्या परत बदलता येत नाहीत.

१०

शत्रू आपल्या आत आहे

राणी की राक्षसीण?

एका बाईच्या दु:खाला दुसरी बाईच जबाबदार असते हे मिथ्य आहे का सत्य आहे? की पुरुषांनीच योजलेला हा 'तोडा आणि राज्य करा' चा खेळ आहे? किंवा आपल्या अडचणींसाठी दुसऱ्या बाई ला दुषणं देणं हे आपण एक प्रकारचं बरोबर वागतो का?

मी एक सफल व्यवसाय चालवणाऱ्या माझ्या दोन मैत्रिणींशी हे बोलत असतांना त्यांच्या मताप्रमाणे, त्या व्यवसायात स्थिर व्हायच्या प्रयत्नात असतांना सुरुवातीला खूप बायका त्यांच्या वाटेत आडव्या आल्या पण त्यांचे पुरुष सहकारी त्यावेळी त्यांच्या मदतीला धावले. यामागे एक कारण हे ही असू शकेल की त्या वेळी खूप कमी महिला या क्षेत्रात काम करत होत्या आणि त्यांना एक आरक्षित कोटा असल्यासारखं वागवलं जायचं. आपल्या डोक्यावरचं हे छत आणि आरक्षित जागा सुरक्षित ठेवण्यासाठी त्या इतर बायकांना पुढे येऊ देत नसे. पण आज मात्र परिस्थिती वेगळी आहे. आज ते समानतेने स्पर्धा करण्याचे मैदान झाले आहे. तिथे बाई बरोबर पुरुषाशीही त्याच इर्षेने स्पर्धा केली जाते. जर तुम्हाला एखाद्याच्या प्रती आकस दाखवायचा असेल तर तो पुरुष किंवा बाई यापैकी कोणीही असू शकतो. त्या अर्थी बाई विरुध्द बाई हे मिथ्य मागे पडलंय हे सिध्द होते.

वैयक्तिकरित्या मात्र मी या मताशी सहमत नाही. माझ्या कामाच्या ठिकाणी मी अनेक बायकांबरोबर काम केलं आणि ते सगळं विधायक होतं. उदाहरणच द्यायचं झालं तर मी मालिनीचं देईन. माझी बॉस. आतापर्यंतच्या माझ्या बॉसेस मधे सगळ्यात

समजूतदार. तिने तिच्या सहकाऱ्यांना पुढे नेण्यासाठी खूप प्रयत्न केले. वेळप्रसंगी व्यवस्थापकांशी, कंपनीचे धोरण बदलण्यासाठी भांडलीही, माझ्यासारख्यांना गरोदरपणाचे वेळेबाबत आणि इतर फायदे मिळावेत म्हणून. एकीकडे मालिनी होती आणि टोकं म्हणजे रेखा माम. ती तिच्या कडक पणाबद्दल जगप्रसिध्द होती. तिच्या दृष्टीने तिचे सर्व सहकारी शतमूर्ख होते आणि तिच्या वाग्बाणांचा प्रसाद सगळ्यांना मिळायचा. अर्थात काहीजण त्याला लायकही होते.

''काव्या, मी निघतीए. तू आणि अपूर्वा मासिकाचा वाचकवर्ग आजच्या आज तयार करून उद्या मला सादर करा. समजलं?'' सिगारेट केस, कारच्या किल्ल्या आणि डबा उचलत रेखा गुरगुरली आणि एच. क्यू. कडे मीटिंग ला निघाली.

''हो रेखा, आम्ही तयार ठेवतो.'' असं म्हणत काव्याने माझ्याकडे बघून डोळे मिचकावले. बाप रे हि काव्या आता मला अडचणीत टाकणार. ती तर रेखा बरोबर दोन हात करते आहे आता मी पण! मी मनाशी म्हटलं. ही माझी पहिलीच नोकरी होती, माझ्या प्रशिक्षण काळानंतर मला रेखाच्या टीम मधे काम करायचं होतं आणि माझी रिपोर्टिंग मॅनेजर काव्या होती. पण दुर्दैवाने रेखाने ठरवून टाकले होते की काव्या ही मूर्ख आहे आणि ती याचा उद्धार रोज सकाळी सगळ्यांसमोर करी, थोडक्यात आम्हाला हे सुचवायला की बघा मूर्ख लोकांना इथे काय वागणूक मिळेल!

असं प्रत्येक सकाळी सर्वांसमोर प्रदर्शन मांडले जायचे जे लोकांनी बघून त्यातून बोध घ्यावा. (कॅन्टीन च्या पोराने बहुदा ह्या नाट्यपूर्ण आणि सनसनाटी मॅटीनी शो ची बाहेर तिकीटविक्री सुरु केली असेल)

दिवसाची सुरुवात साधारण अशी व्हायची. भिरभिरते डोळे, रागीट चेहरा आणि धापा टाकत रेखा ऑफिस मधे यायची. सगळं ऑफिस तेव्हा श्वास रोखून असायचं. स्वतः साठी कपभर कॉफी बनवून घेऊन ती खुर्चीत स्थानापन्न व्हायची. मग काव्या कडे बघून कामा बाबतच्या प्रश्नांची सरबत्ती सुरु व्हायची. एकतर काव्या अर्ध काम विसरलेली असायची किंवा केलेल्या कामात चूक असायची. ते रेखाला काव्यावर खेकसायला पुरेसं असायचं. काव्या आपलं अधून–मधून, ''पण रेखा.'' असं म्हणत असे ती तेवढंच करू शकत होती. एक तासभर राग ओकून झाल्यानंतर, रेखा बाहेर पडत आणि काव्या थकून आपल्या खुर्चीत!! रोजच्या झापल्या जाण्यानंतर सुद्धा काव्या मधे काही फरक झाला नाही. एखाद्या रबरी बॉल सारखी ती परत आहे तिथे. दुसऱ्या दिवशी परत दाबली जाण्यासाठी!

मला जेव्हा कळले की मला रेखाच्या हाताखाली काम करायचय, माझ्या डोळ्यातून पाणीच यायला लागले.

रेखा बाहेर पडल्यावर मी लगेच काव्याकडे धावले आणि म्हणाले, ''चल लवकर प्लॅन बनवून टाकू, त्याला एक-दोन तास तरी लागतील असं वाटतंय.''

''थांब जरा स्वीटहार्ट मला आज पेज ३ पार्टी ला जायचंय आणि त्याकरता डिझायनर ड्रेस हवाय तो जरा मिळवू देत मग आपण कामाचं बघू!''

काव्याने मग तिच्या अखिल मॉडेल मैत्रीणीना ड्रेस साठी फोन करायला सुरुवात केली. हे सगळं करता-करता इतका उशीर झाला की तिची पार्टी ला निघायचीच वेळ झाली. तोपर्यंत माझं धाबं दणाणल आणि प्लॅन तयार नाहीए असा म्हणतांना मी रेखाचा चेहरा कसा असेल याची कल्पना करू लागले.

''चिल गर्ल, मम्मा काव्या सगळं काही ठीक करेल.'' माझ्या पाठीवर थोपटत काव्या म्हणाली.

''ठीक करेल? तू १० मिनिटात निघते आहेस. आपण अजूनपर्यंत काहीच ॲनॅलॅसिस केलं नाहीए. मी आजपर्यंत कधी मिडिया प्लॅन बनवलेला नाही. मी एकटी तो करू शकत नाही. रेखा आपल्याला मारून टाकेल. देवा, काय करणार आहोत आपण?''

माझ्या मेंदूला हे झेपेना. काव्या इतकी शांत कशी राहू शकते? रोजचं सकाळचं झापलं जाणं तिला आवडायला लागलंय की काय? मेडीटेशन वगैरे? का रेखाच्या शेवटच्या कॉफीच्या कपात विष? माझं मन गिरक्या घ्यायला लागलं. ती इतकी शांत, संयमित आणि मी वेड लागायच्या बेतात!

''काय करते आहेस तू?'' मी काव्या कडे आश्चर्याने बघत विचारलं. तिने मागच्या वर्षीच्या मिडिया प्लॅन च्या प्रती काढायला सुरुवात केली.

''मी तुला सांगितलं ना, काळजी करू नकोस म्हणून. काव्या माझ्याकडे हसत बघत म्हणाली.''

''अगं पण हे आपण नाही वापरू शकत. ही सरळसरळ फसवणूक आहे.''

''तू कसली बाळ आहेस अजून. तुम्ही सगळ्या प्रशिक्षणार्थी ना, अगदी भोळसट! कम्म ऑन, बेब, काहीही बदल झालेला नाही. तिच्या लक्षात पण येणार नाही,'' असं

म्हणत काव्या पार्टी ला सटकली.

अर्थातच, ती रात्र मी तळमळत जागून काढली आणि ऑफिस ला येतांना दोनदा तरी रुळांवर आडवे व्हावे असे वाटून गेले.

११ वाजले, दार उघडले आणि रेखा आत आली !

तिने काळी साडी घातली होती. बाप रे, तिचे मूड्स कायम तिच्या साडीच्या रंगांना सुसंगत असत. जे दोन एक महिने मला तिथे येउन झाले होते त्यात लाल, जांभळा आणि गर्द निळा या रंगांशिवाय दुसरा रंग मी बघितला नव्हता. त्यामुळे सोनेरी पिवळा किंवा हलका निळा अशा रंगांची मी कल्पनाच करू शकले नाही. पण मला सांगण्यात आलं की जेव्हा तिची चक्र व्यवस्थित असतात तेव्हा कधी–कधी असं घडतं.

''मला प्लॅन दाखव'' – रेखा काव्या कडे बघत म्हणाली.

तिची डावी भुवई फडफडत होती. माझी भीतीने गाळण उडाली.

रेखाने प्लॅन कडे बघितले आणि बोटांनी पानं उलटत राहिली.

''जाहिरात करायला फिल्मफ़ेअर ऐवजी फेमिना का निवडलं ?''

''अं , आपण मुव्ही मासिक पण घेतो आणि मुव्ही आणि फिल्मफ़ेअर चा सारखाच वाचकवर्ग आहे आणि तो खूप मोठा आहे;'' काव्या म्हणाली.

''ओह, असं आहे काय? आणि मुव्ही आणि फेमिना यातला कॉमन वाचकवर्ग किती आहे?'' रेखाने विचारले.

''आत्ता इथे लगेच मला सांगता येणार नाही पण मी जाऊन सगळी आकडेमोड बघते आणि सांगते, हवं असेल तर.'' काव्या धीटपणे म्हणाली.

''प्लीज कर. नाहीतर असं का नाही करत, ती सगळी आकडेमोड इथेच का नाही घेऊन येत? आपण सगळे मिळूनच बघूया.'' रेखा म्हणाली आणि काव्या ला पाठवून दिलं.

''ती खोटं बोलतीए, हा मागच्या वर्षीचा रिपोर्ट आहे आणि तिच्याकडे कुठलीही आकडेमोड नाहीए, हो ना?'' रेखा माझ्याकडे रोखून बघत म्हणाली.

मला कळेना काय करावं. तिच्याशी सहमती दाखवली तर मी तिची 'हेर' म्हणवली

जाईन आणि नाहीतर खोटारडी!

मी शेवटी, तिच्या सानिध्यात असतांना मला जे सगळ्यात चांगलं जमत असे ते केलं. अश्रु गाळायला सुरुवात.

आणि मग रेखाने आपली सगळी शस्त्र बाहेर काढली आणि काव्या वर शाब्दिक हल्ला चढवला, त्याची आठवण वीस वर्षांनी मला आजही आली तरी कापरं भरतं.

काव्या अर्थातच तिथे फार काळ टिकली नाही पण जातांना मात्र तिने रेखाची भरपूर बदनामी केली आणि ती कायमचीच पी.एम.एस. पिडीत बाई असं जगजाहीर करून टाकलं.

हे सगळं वाचून, रेखा माहित नसलेल्यांना, ती एक अत्यंत हेकेखोर, वाईट बाई आहे जी आपल्या सहकाऱ्यांना अतिशय वाईट पणे वागवते असंच वाटेल. पण सत्य हे आहे की ती तिच्या पुरुष सहकाऱ्यांशीही तितक्याच कठोर पणे वागे, जेव्हा ते त्याच लायकीचे असत.

पण काव्या सारख्या बाई मुळे बाई च बाई ची शत्रू आहे हे सूत्र परत अधोरेखित झालं. खरतरं सत्य वेगळंच होतं.

दुसऱ्या बाईला दुषणं देणं हे दुसरं काही नसून आपली कमकुवतता बाहेरच्या दुसऱ्या कुणावर तरी ढकलणे. सत्य हे आहे की आपला शत्रू आपणच आहोत. नोकरी सोडणे किंवा कठोर बॉस पासून वा कठीण कामापासून पळ काढणे, कष्ट न करणे ह्या सगळ्या गोष्टी आपणच आपल्यावर लादतो, बाहेरचं कोणीही नाही !

आपल्या चुकीच्या निर्णयांना आपण नेहमी आपल्या इतर महिला सहकाऱ्यांवर, सासूवर किंवा आईवर ढकलतो आणि मोकळ्या होतो. खरंतर आपल्यात असलेली कमकुवतताच याला जबाबदार असते.

थोडक्यात, यातून हा धडा घ्यायचा की आपला शत्रू बाहेर कोणी नसून बहुतेकदा आपल्या आतच दडलेला असतो.

व्यावसायिक मंत्र

* बाई ही बाई ची शत्रू आहे हे खोटं आहे आणि ते लवकरात लवकर दूर सारले पाहिजे.

* आपल्याला हे समजायला हवं की शत्रू हे आपल्या आतले राक्षस आहेत आणि आपली लढाई आधी त्यांच्याशी आहे.

* आपल्या प्रत्येक अडचणीसाठी आपण जर आपल्या भोवतीच्या रेखांना दोष देत राहिलो तर आपण आपल्याला कधी सुधारणार? आपल्या सासवा आणि स्त्री बॉसेस ह्या फक्त थोड्या काळासाठी बळी असतील.

दहा धडे स्वीकारण्याचे

१. माझं स्त्रीत्व मी स्वीकारते

स्त्री आहोत म्हणून आपल्याला माफी मागायची गरज नाही. आपण आपल्या बायकी सवयी लाज न वाटता स्वीकारल्या पाहिजेत. नशिबाने, आता यशस्वी होण्यासाठी पुरुषासारखे दिसण्याची आणि वागण्याची गरज उरलेली नाही.

२. मी स्वीकारते की मला अपराधी वाटतं

प्रत्येक स्त्रीला घरी रहायचं की नोकरीवर जायचं हे ठरविण्याचा अधिकार आहे. अर्थात दोन्हीही बाबतीत अपराधी वाटत राहणारच. हे अपराधीपण बाई असण्याचा अविभाज्य भाग आहे.

३. मला मान्य आहे की आयुष्य अन्याय आहे- फक्त बाईलाच नाही तर पुरुषालाही

असं दिसतं की आयुष्य हे बाई साठी अन्याय आहे, पण पुरुषांनाही अनेक आव्हानांचा सामना करावा लागतो. जसे की परंपरेनुसार चालत आलेलं एक बिरुद: कुटुंबाचा मुख्य आर्थिक कणा

४. मी स्वीकारते की मी मल्टीटास्किंग करू शकते आणि त्यामुळे नेहमीच जास्त काम माझ्या पुढ्यात येतं.

मल्टीटास्किंग हे फक्त बायकांनाच अवगत असतं. आपण हे ओझं न समजता आपली शक्ती आहे असं समजलं पाहिजे, आणि स्पर्धेत पुढे जाण्यासाठी याचा उपयोग करून घेतला पाहिजे.

५. मी स्वीकारते की सहनशीलता चांगली नाही.

आजच्या काळात सहनशील असणं फार काही चांगलं नाही. ते सर्वार्थाने अव्यावहारिक आणि मूर्खपणाचे आहे. म्हणून आपण हा रोल करणे सोडून देऊया.

६. मी स्वीकारते की जग जिंकून घ्यायला मला अजून थोडी वाट बघायला लागणार आहे

परंपरेपासून चालत आलेल्या चाकोरीबद्ध चौकटी आता अंधुक होत आहेत आणि स्त्री आणि पुरुष हे दोघेही एकमेकांकडून खूप गोष्टी घेत आहेत. नव्या जगात तरून राहायचे असेल तर पुरुषांना बाई मध्ये विलिन व्हावं लागणार आहे. आपल्याकडे फक्त थोडा संयम हवा.

७. मी स्वीकारते पुरुषांना मुलं होऊ शकत नाही

बाईच्या आयुष्यात अशी वेळ येते जेव्हा तिला मुलांच्या संगोपनासाठी करिअर मधून ब्रेक घ्यायला लागतो, आपण ही गोष्ट स्वीकारली पाहिजे आणि आपला पार्टनर या बाबतीत आपल्या बरोबरीने सहभागी होऊ शकत नाही याबद्दल खंत व्यक्त नाही केली पाहिजे.

८. मी स्वीकारते की वय वाढेल तशी मी बरी होत जाईन

जशा बायका मोठ्या होतात तशा त्यांच्यातला आत्मविश्वास वाढतो. आपण आतापर्यंत ते काही करू शकलो नाही आणि आपल्याला जे काही करायचे आहे त्यासाठी ही योग्य वेळ आहे.

९. मी स्वीकारते की सगळ्यांनी साईझ झिरो असण्याची गरज नाहीये

आपण जसे आहोत तसे आपल्या स्वतः वर प्रेम करायला शिकले पाहिजे. आपलं प्रत्येकाचं एक खास व्यक्तिमत्व आहे, याच्या आधारावरच आपण आपले स्व-मूल्य प्रस्थापित केले पाहिजे.

१०. मी स्वीकारते की मी माझीच शत्रू होऊ शकते

बाईच बाईची शत्रू आहे हा गैरसमज आहे. बरेच वेळा आपणच आपल्या अडचणींना ना कारणीभूत असतो.

भाग दुसरा

जुळवून घेणे

सत्याशी जुळवून घ्या – मग सत्याला आपल्या इच्छेनुसार
वळवता येईल

११

योग्य दृष्टिकोन ही सुरुवात आहे

सकारात्मकता हवी

लहानपणी कॅलिडोस्कोप च्या रंगीबेरंगी दुनियेत विहार करायला काय मजा यायची. एका छोट्या छिद्रातून आत बघितल्यावर वेगवेगळ्या आकाराचे, रंगाचे तुकडे आणि सुंदर नक्षी दिसायची. आम्ही तास्‌नतास त्यासमोर बसून असायचो. नंतर विचार केल्यावर लक्षात आलं की ही सगळी रंगीबेरंगी दुनिया म्हणजे फक्त काचेचे तुकडे होते.

मी विचार करते तेव्हा मला असंच वाटतं की आपली आयुष्यं ही अशीच असतात. त्याचे छोटे छोटे भाग हे फक्त काचेचे तुकडे असतात आणि एकत्र आल्यावर आयुष्य एक पूर्ण नक्षी म्हणून समोर येतं.

आपला हा दुसऱ्या भागातला प्रवास म्हणजे सत्याला सामोरं जाणं आणि हे ही तसंच काहीसं आहे.

ह्या भागात आपण आधीच्या भागात शिकलेली सगळी सत्य स्वीकारणार आहोत, ती आपल्या बाजूने, आपल्या फायद्याची कशी होतील हे बघणार आहोत आणि यशाची सुंदर घडण घालणार आहोत.

कुठल्याही गोष्टीची सुरुवात ही आपल्यापासून होते. आपल्या गरजा पूर्ण करण्याकरता आपण स्वतःत आणि आपल्या सभोवतालात बदल करायला शिकले पाहिजे. त्यामुळे पहिली कुठली गोष्ट असेल तर ती म्हणजे सकारात्मक दृष्टीकोन ठेवणे. म्हणून 'सामोर' जाण्याची पहिली पायरी म्हणजे आपल्या मनातील युद्ध जिंकणे !

माझे पदवीचे शिक्षण चेन्नई च्या ''स्टेला मेरीस कॉलेज'' मधे झाले. ही साउथ इंडियातील एक नावाजलेली शिक्षणसंस्था! वरिष्ठ महाविद्यालय असून सुद्धा इथले वातावरण खूप कडक आणि शाळेसारखे होते. कॉलेजच्या वेळात तर इथली गेट्स पण बंद ठेवलेली असायची. (मुलींना आत आणि मुलांना बाहेर ठेवण्यासाठी!) एखादीने जर बिनबाह्याचे ब्लाउज किंवा तोकडा स्कर्ट घातला तर तिला सरळ घरी पाठवले जायचे. (मला हे कधीच कळलं नाही की हा असला कायदा का होता कारण कॅम्पस मध्ये मी इतक्या वर्षात फक्त दोनच पुरुष पहिले; एक म्हणजे माळीकाम करणारा ९७ वर्षीय माळी आणि दुसरा म्हणजे अर्धा आंधळा असलेला गेटवरचा रखवालदार!)

मॉरल सायन्स च्या सकाळच्या वर्गाने आमचे आत्मे पवित्र केले जायचे आणि कठीण अभ्यासक्रमाने मनं खंबीर केली जायची. कॉलेज मधे शरीर हे आत्म्याचं मंदिर आहे ह्या उक्ती प्रमाणे शारीरिक तंदुरुस्तीवर सुद्धा भर दिला जायचा. त्यामुळे इच्छा असो नसो, आम्हाला कॉलेज मधे पाऊल ठेवल्या ठेवल्या कुठल्यातरी खेळाला नाव नोंदवायला लागत. मी त्यातल्या त्यात हॉकी ची निवड केली आणि माझे मलाच आश्चर्य वाटले मी चक्क कॉलेजच्या हॉकी टीम मधे पण निवडले गेले. अजून पुढील आश्चर्य म्हणजे, मद्रास विद्यापीठ आणि तमिळ नाडू राज्य स्तरावर माझी गोलकीपर म्हणून निवड झाली. खेळातला माझा करिअर आलेख वाढतंच गेला.

माझं कुटुंब आणि मित्रपरिवार यांना हा धक्काच होता. शक्यतो आरामखुर्ची पासून फारसं दूर जायला न आवडणारी मी त्यांना माहित होते त्यामुळे माझ्यातले हे छुपे गुण बघून त्यांना आश्चर्यच वाटलं. आपल्यालाही खेळा मधे रुची निर्माण होते आहे हे बघून मलाही आश्चर्य वाटलं. सकाळचा सराव, सीट-अप्स, काळे-निळे झालेले पाय हे सगळं गोल वाचवल्यावर मिळणाऱ्या समाधानापुढे क्षुल्लक होतं. तामिळनाडू च्या हॉकी टीम मधे राज्यातल्या सगळ्या भागातल्या मुली होत्या. अगदी सुसंस्कृत चेन्नई पासून सालेम पर्यंत. आणि सगळ्यात पहिल्या स्पर्धेत आम्ही भाग घेतला तो अखिल भारतीय राष्ट्रीय महिला वार्षिक खेळ मेळावा जी त्या वर्षी पंजाब मधे झाली. आमच्या तामिळनाडू च्या मर्यादित जगात आम्ही हॉकी विश्वातले तारे होतो, पण लवकरच लक्षात आलं की राष्ट्रीय पातळीवरील स्पर्धा ही काही वेगळीच गोष्ट असते. पंजाब, हरियाणाच्या मुलींसमोर आमचा निभाव लागणं शक्य नव्हतं. पहिल्या दोन स्पर्धा आम्ही भरपूर अंतराने हरलो. (स्कोअर हे हॉकी पेक्षा बास्केटबॉल सारखे होते १२-० आणि ७-०). बॉल हा अपवादानेच विरुद्ध टीम च्या बाजूला गेला.

स्पर्धेचा तिसरा आणि शेवटचा दिवस उजाडला. खरंतर आम्ही सगळ्या जणी

सामान बांधून निघण्याच्याच तयारीत होतो. मला वाटलं, एक गोलकीपर म्हणून सगळ्या पराभवाची जबाबदारी माझीच होती आणि मला खात्री होती की पुढच्या स्पर्धेतून मला डच्चू मिळणार ! मला हे जाणवलं नाही की मी एकटी नाही तर आमच्या अख्ख्या टीम ला विरुद्ध टीम ने गारद केलं होतं. स्पर्धेच्या आधी आमची कोच आमच्या कडे आली आणि तिने आम्हाला चिअर अप केलं आणि म्हणाली कम ऑन गर्ल्स, ही मॅच सोपी आहे. आतापर्यंत जे काय झालं ते विसरून जा आणि आपल्या घरच्या मैदानावर जसे खेळता तसे खेळा. चला, त्यांना टक्कर देऊया. तिचे शब्द ऐकून सगळ्या जणींनी सरावाला सुरुवात केली. मी मात्र एका कोपऱ्यात जाऊन उभी राहिले. शेरील, आमची कप्तान माझ्याजवळ आली आणि मला रागाने विचारले, ''काय चाललंय तुझं? कम ऑन, लवकर मैदानात ये. तुला काय टीम च्या बाहेर जायचंय का?'' तिच्याकडे दुर्लक्ष करत मी बळजबरीने सराव सुरु केला. हे सगळं ती बारकाईने बघत होती. जेव्हा ११ जणांची टीम घोषित करण्याची वेळ आली तेव्हा तिने मला टीम च्या बाहेर ठेवलं आणि पर्यायी गोलकीपर ला मैदानात बोलावलं. टीम चांगली खेळली परंतु ही पण मॅच आम्ही हरलो.

नंतर कोच माझ्याकडे आली आणि म्हणाली, ''मॅचच्या आधी तुझं काय चाललेलं? मी अशी आशा करते की तुला माहितीये मी तुला टीमच्या बाहेर या साठी नाही काढलं कारण तू वाईट खेळत होतीस पण यासाठी की तुझी जिंकण्याची इर्षाच संपली होती. मला तिथे ११ भारलेले खेळाडू हवे होते, १० नाही !!''

आता कुठे मला समजले की मागच्या स्पर्धा हरल्याची नाही तर माझी 'नकारात्मकता' माझ्या टीम मधे नसण्याला कारणीभूत होती. माझ्या एकूण हावभावावरून कोच ला हे स्पष्ट दिसलं की माझ्या मनामध्ये मी स्पर्धा मैदानात उतरण्या आधीच हरले होते आणि एक कोच म्हणून तिची जबाबदारी एका अशा टीम ला खेळवण्याची होती की जी शेवटची शिट्टी वाजेपर्यंत आपले प्रयत्न शाबूत ठेवेल, अगदी हार समोर दिसत असतांना सुद्धा !

हे सर्व जवळ–जवळ पंचवीस वर्षांपूर्वी घडलेलं पण मी चंडीगडच्या हॉकी मैदानावर हिवाळ्यातल्या थंडीत शिकलेला धडा आजही विसरलेले नाही; तो हा की आयुष्यात एखादी स्वीकारलेली गोष्ट आपण निर्व्याहतपणे करत राहिली पाहिजे. बऱ्याच वेळा गोष्टी आपल्याला हव्या तशा घडत नाहीत तरीही आपण प्रयत्न करत राहिलं पाहिजे. दुर्दैवाने, जेव्हा गोष्टी कठीण होतात तेव्हा पहिलं युद्ध आपण मनामधे हारतो. डोक्यातली भूतं तयार करतो आणि वाईटच होईल असं मानायला लागतो.

''मी एकटीच बाई असल्यामुळे मला टीम मधे घेणार नाहीत,'' ''वेळेबाबत थोडी लवचिकता मागितली तर माझी नोकरी जाईल,'' ''माझ्या बॉसला मी आवडत नाही, '' ''मी जर गरोदर आहे असं कळलं तर हे काम माझ्या हातातून जाणार, माझं नशीबच वाईट आहे.'' ''घरी दारी कुठेच मदत करणारं मला कोणी नाहीए.'' असं आपण जेव्हा बोलायला लागतो तेव्हा आपल्या डोक्यातली भुतं सत्यात उतरतात आणि सत्य तर काहीतरी वेगळंच असतं. आपली नकारात्मकता आपल्याला आपल्या आयुष्यासमोर उभ्या ठाकलेल्या आव्हानांवर विजय मिळवण्यापासून दूर ठेवते.

आपला दरिद्री दृष्टिकोन ही आपणच पदरी पाडून घेतलेल्या अपयशाची पहिली पायरी असते. परंतु सकारात्मकतेने सुरु केलेल्या गोष्टी आपल्याला यशाकडे खेचून नेतात. हे मला हॉकीने शिकवलं.

व्यावसायिक मंत्र

* प्रत्येकजण अडचणींचा सामना करतो पण जो सकारात्मकतेने करतो तो यशस्वी होतो.

* मैदानात उतरण्यापूर्वी अर्धी युध्द ही मनामधेच हरली जातात.

* कौशल्य आणि योग्य दृष्टिकोन यामध्ये विजय हा योग्य दृष्टिकोनाचाच होतो.

* बॉसेस हे चीअर लीडर्स सारखे असतात, जे प्रयत्न करतात – उत्तरं शोधतात.

१२

अजून कोणालाही कष्टाला पर्याय सापडला नाहीए

अपेक्षा करणाऱ्याची अपेक्षा

प्रतिका, आमची एक सहकारी, एक दिवस माझ्याकडे मिठाई घेऊन आली. ''मॅडम,एक गोड बातमी आहे. मी गरोदर आहे.'' ती लाजत म्हणाली.

''अभिनंदन प्रतिका ! पण तुझं लग्न इतक्यातच झालंय ना? झटपट काम दिसतंय हं!'' मी हळूच विचारलं. ''हो मॅडम, पण मला नाही माहित असं कसं घडलं?'' आम्ही सगळ्या हसायला लागलो.

काही महिन्यांपूर्वीच प्रतिका कंपनीत रुजू झाली होती आणि तिच्या कष्टाळूपणामुळे आणि कामातल्या कौशल्यांमुळे ती टीमसाठी एक चांगली कर्मचारी म्हणून गणली जाऊ लागली. पण रुजू झाल्याच्या दोन महिन्यातच तिने लग्नासाठी रजा टाकली, जी आम्ही थोडी कुरबुरतच मंजूर केली. आणि आता तर रुजू झाल्याच्या एका वर्षाच्या आताच तिला गरोदरपणाच्या रजेवर जायचे होते.

एक सजग कंपनी म्हणून आम्हाला तिच्या गरजांची दखल घ्यावीच लागली पण एक वर्षभर एक कर्मचारी कमी असतांना काम करायला लागणाऱ्या तिच्या विभागाचा वैताग ही समजू शकलो. आर्थिक अस्थिरतेच्या वातावरणात आणि छोट्या टीम्समधे काम करत असतांना एक अनुपस्थित कर्मचारी विभागाच्या कार्यक्षमतेवर परिणाम करू शकतो. पण जे काय शक्य असेल ते करायचे आणि यातून मार्ग काढायचा असं आम्ही ठरवलं. काही आठवड्यांनंतर माझ्या लक्षात आले की त्रैवार्षिक लेखा-परीक्षणाच्या कामासाठी पूर्ण वित्त विभाग उशिरा पर्यंत थांबून काम करत असतांना

प्रतिका मात्र गैरहजर असायची. पुढच्यावेळी मला प्रतिका भेटली तेव्हा मी तिला विचारले, ''कुठे आहेस प्रतिका? बऱ्याच दिवसात दिसली नाहीस?''

'इन्मी तुम्हाला सांगितलं ना मॅडम, मी गरोदर आहे.''

''हो, मला माहित आहे ते, पण त्याचा ऑफिसला न येण्याशी किंवा लवकर जाण्याशी काय संबंध?'' जे माझ्या कानावर आलंय त्याबद्दल मला जरा चीडच आली. ''सगळं ठीक आहे ना? तुझी तब्येत वगैरे? डॉक्टर ने तुला कामासाठी आणि प्रवासासाठी परवानगी दिली आहे ना?''

''हो मॅडम, मला थोडं मळमळत होतं आणि चक्कर येत होती म्हणून थोडी विश्रांती घेतली. माझा नवरा तर इतका काळजीत पडला की तो मला प्रवासाला नाहीच म्हणाला.'' ती असं सांगत राहिली की मी तिला कामाबद्दल नाही तर तिच्या नाजूक अवस्थेबद्दल विचारते आहे.

या सर्व काळात, आम्हाला प्रतीकाची मळमळ, चक्कर, तिच्या नवऱ्याची काळजी, आईची घालमेल, तिने कधी काम करावे आणि कधी विश्रांती घ्यावी याबद्दल तिच्या आजीची मते या सगळ्या गोष्टींचा सामना करावा लागला.

याउलट अमृता, माझी सहकारी आणि मैत्रीण, तिच्या गरोदरपणाच्या काळात ती नेहमीसारखच काम करत राहिली. ती रोजच्या रोज आधी बस, मग एक तासाभराचा ट्रेन चा प्रवास आणि मग पंधरा मिनिटं चालून ऑफिस ला यायची. गरोदरपणाच्या ८ महिन्यांच्या काळात तिने हे न चुकता केलं आणि बिचाऱ्या अमृताला फक्त सकाळीच मळमळ नाही तर सकाळ, दुपार, संध्याकाळ याचा त्रास होई पण ती सगळीकडे प्लास्टिक बॅग घेऊन फिरत असे, अगदी क्लाइट मिटींग्स ना सुद्धा! एका मीटिंग ला असंच आम्ही गेलो असतांना तिला त्रास व्हायला लागला. तिने माफी मागून, बाहेर जाऊन आवश्यक ते उपाय केले आणि आम्ही आमची चर्चा चालू ठेवली. (क्लाएंटनेही ते समजून घेतलं कारण तोही नुकताच वडील झाला होता.) एकदा तर अमृता खरंच आजारी पडली आणि डॉक्टरने तिला घरी जबरदस्ती विश्रांती घ्यायची तंबी दिली, तरीही बेड वर पडल्या पडल्या तिने मला परीक्षणासाठी आवश्यक असणारी आकडेमोड तत्परतेने करून पाठवली.

आम्ही सगळ्याच जणींनी 'गरोदरपणा' ह्याला काही विशेष दर्जा दिला नाही, त्यादरम्यान भरपूर कष्ट केले, सार्वजनिक वाहनांनी प्रवास केले, मोठ्या रांगामधे ताटकळत उभ्या राहिलो आणि कोणाकडूनही विशेष वागणुकीची अपेक्षा केली नाही की

तशी वागणूक आम्हाला कोणाकडून मिळालीही नाही. (अर्थात कुटुंबीय सोडून)

माझ्या गरोदरपणाच्या दरम्यान ऑफिसहून येतांना मी अनेकदा, कंबर दुखत असतांना ही उभी राहून प्रवास करायचे. मला आश्चर्य वाटायचे की लेडीज डब्यात कोणीच उठून मला बसायला जागा कसं देत नाही. पण मग नंतर लक्षात आलं की त्या बायकांनीही त्यांच्या अशा परिस्थितीत ट्रेन मधले धक्के खात, उभं राहून प्रवास केला असेल आणि कोणी त्यांच्याकडे ढुंकूनही बघितलं नसेल आणि म्हणूनच त्याही कोणाकडे ढुंकून बघत नसतील!

दुर्दैवाने, मुलं होण्याच्या वयात खूप बायका त्यांची यशस्वी करिअर्स सोडून देतात कारण घरदार, नोकरी आणि मुलं हे सगळं सांभाळायला खूप कष्ट आणि प्रयत्न लागतात. हे म्हणजे जवळ-जवळ १५ वर्षं दोन नोकऱ्या केल्यासारखं असतं. सारखं दोन पाळीत काम, प्रत्येक नोकरीच्या वेगळ्या मागण्या आणि दबाव. वाढदिवसाचा एक दिवस सोडल्यास एकही असा रविवार नसतो जेव्हा तुम्हाला बेड मध्ये ब्रेकफास्ट मिळतो. एके काळी आठवड्यातून एकदा तरी रात्रभर झोडलेल्या पार्ट्या विसरण्याचा आणि ३५ कलमी चेकलीस्ट तपासण्याचा आणि इव्हइडी स्कूल प्रोजेक्ट साठी छोटे रंगीत गोटे आणण्याचा हा काळ असतो.(मला हे सिद ने रात्री १०. ३० च्या सुमारास सांगितल्याने मी खाली रस्त्यावर जाऊन छोटे गोटे जमवले आणि अर्धी रात्र त्यांना रंगवण्यात घालवली.)

यशस्वी होण्यासाठी आयुष्यातल्या प्रत्येक पायरीवर कष्टासाठी पर्याय नाही. कोणीतरी म्हणून गेलंय ''हे मस्त आहे, मी जास्त कष्ट केले की मी नशीबवान ठरतो!''

आई, बायको आणि आदर्श कर्मचारी होणं ही पूर्ण प्रक्रिया हलक्या हृदयाच्या व्यक्तींकरता नाही पण सातत्याने कष्ट केले तर मात्र यश आपलंच आहे!

व्यावसायिक मंत्र

* यशाचा मूलाधार हा चिकाटी आहे. यशस्वी महिलांना यश मिळालं ते त्या चिकाटीने कार्यरत राहिल्या म्हणून, अगदी मुंगी सारख्या. कणा-कणाने दाणा वेचत आणि रचत !!
* कष्टांपासून दूर पळणे म्हणजे यशापासून दूर पळणे. हे तुम्ही तुमच्या जबाबदारीवर करा !

* गरोदरपण हा आजार नसून आयुष्यातली एक प्रक्रिया आहे. काम चुकवण्यासाठी ते कारण म्हणून देऊ नका.

* तुमचा बॉस हा तुमची आई नाही. जे लाड करुन हवंय ते घरून मिळवा. खऱ्या व्यवसायिकासारखे वागा.

१३

प्राधान्यक्रम शिका

तो पक्षी आहे? विमान आहे? नाही ती सुपरवुमन आहे

आपण आधीच्या धड्यांमध्ये बघितलं की स्त्रीला व्यावसायिक किंवा स्वतः च्या आयुष्यात जर यशस्वी व्हायचे असेल तर कष्टाशिवाय पर्याय नाही आणि हे कष्ट यशामध्ये परावर्तित होण्यासाठी बाई ला हुशारीने काम करायला हवे. कामाच्या रगाड्यात प्राधान्य कशाला द्यायचं ते ठरवता आलं पाहिजे. असा कोणाचा समज असेल की ती एक सुगरण, चांगली गृहिणी, उत्तम कर्मचारी असून सगळ्या पी.टी.ए मीटींग्ज, ख्रिसमसच्या कार्यक्रमाची चेअरमन, कुशल स्कुबा ड्रायवर आणि शिवाय इंडस्ट्री फोरम्स मधे उपस्थिती लावणारी अशी कोणी होऊ शकते तर हा तिचा केवळ गैरसमज आहे. असं होणं कदापि शक्य नाही. तुम्ही कितीही कष्टाळू आणि हुशार असलात तरीही तुमच्याकडे फेकलेले सगळेच चेंडू तुम्ही झेलू शकत नाही. त्यातले काही खाली पडून तुटणारच. तुम्हाला काही गोष्टी सोडून द्यायच्या शिकायला लागणार. एका वेळी थोड्याच गोष्टी करायच्या परंतु त्या उत्तम करायच्या म्हणजे निकाल आपल्याच बाजूने !

हा प्राधान्यक्रम ठरवतांना आवश्यक आणि अनावश्यक गोष्टी वेगळ्या केल्या पाहिजेत आणि फक्त योग्य जबाबदाऱ्यावर लक्ष केंद्रित केलं पाहिजे. अनावश्यक गोष्टी एकतर दुर्लक्षिल्या पाहिजेत अथवा दुसरीकडे सोपवल्या पाहिजेत. (गेली कित्येक वर्षं मी स्वयंपाकाचे काम असेच सोपवले आहे, जे मला आवडत नाही– आधी आई, मग नवरा आणि आता माझा मुलगा, ज्याला स्वयंपाकाची अत्यंत आवड आहे आणि जो उत्तम कुकआहे.) आयुष्याच्या आणि व्यवसायाच्या वेगवेगळ्या स्तरांवर ही प्राधांन्य बदलत जातात. महत्वाचे हे आहे की योग्य आणि आवश्यक गोष्टींचीच निवड करायची

आणि त्यावरच लक्ष केंद्रित करायचे.

शैलाला आज माहित आहे तिचं पहिलं प्राधान्य हे ती चालवत असलेल्या तिच्या छोट्या केटरिंग च्या व्यवसायाला, तिच्या दोन मुलांना आणि तिच्या कुटुंबाला आहे. तिच्या तरुणपणी सर्व गोष्टींना तयार असलेली शैला आम्हाला खूप मोठा आधार असायची. शेवटच्या क्षणी कुठल्याही व्यावसायिक पार्टी, कंटाळवाणं लग्न, एखादा अचानक ठरलेला विकेंड प्लान किंवा रात्री २ वाजता अशीच लोणावळ्या पर्यंत चक्कर मारायला शैला तयार असायची. तिला तिच्या आजच्या, एका व्यावसायिकेच्या आणि आईच्या रुपात ओळखणं शक्य नाही. आज तिचं आयुष्य घड्याळाला बांधलेलं आहे. प्रत्येक तासाची आखणी ही आठवड्यापूर्वीच झालेली असते. तिचं सगळं लक्ष तिच्या व्यवसायातल्या उत्पादनावर, मुलांच्या अभ्यास आणि इतर अवांतर गोष्टींकडे असते आणि तिने हा समतोल उत्तम साधला आहे. एकदा मी तिला विचारलं की तिला मनस्वीपणे जगण्याचं स्वातंत्र्य गमावल्याचं दु:ख होत नाहीए का? तिचं उत्तर अगदी साधं होतं. ती म्हणाली, ''आयुष्यात प्रत्येक गोष्टीची वेळ असते. बेजबाबदारपणे वागण्याची आणि कोणाची किंवा कशाची तरी काळजी घेण्याची! आपल्याला जर आयुष्यात पुढे जायचे असेल तर आयुष्याच्या प्रत्येक पायरीवर आपल्याला आपली प्राधान्यं गरजेनुसार बदलायला हवीत.''

तसंच अनन्या बाबतीतही. MNC मधल्या सुरुवातीच्या धावपळीच्या काळात कामावर लक्ष केंद्रित करता यावं म्हणून तिने पहिलं मूल होऊ देण्याचा निर्णय लांबणीवर टाकला.

ही सगळी उदाहरणं आहेत अशा मैलांच्या दगडांची जे कधीतरी आपल्यासमोर येवून उभे ठाकतात आणि आपल्याला विचार करायला भाग पाडतात. प्राधान्यक्रम आपल्या आयुष्यात घडी-घडीला येते आणि आपल्याला रोजच्या आयुष्यातही छोटे निर्णय घ्यायला भाग पाडते. बॉस च्या घरी ड्रिंक साठी की मुलाला होमवर्क मधे मदत? नवऱ्याची ऑफिस पार्टी का डिपार्टमेंट ची संध्याकाळची मीटिंग? अर्धा दिवस रजा टाकून घरी दुर्गा पूजेसाठी आलेल्या नातेवाईकांचा स्वयंपाक की मूल्यमापन वेळेवर संपवणे?

खूप बायकांनी सुपरवुमन असल्यासारखं, सगळी कामं स्वतः करत आणि ते उत्तम करण्याच्या नादात आपलीच बोटं जाळून घेतली आहेत. सगळ्या कामात परिपूर्णता आणण्याच्या नादात त्या प्रचंड तणावाला सामोऱ्या जातात आणि शेवटी सगळं सोडून द्यायची वेळ येते. त्यापेक्षा प्रत्येक गोष्टीत टोकाच्या परिपूर्णतेची अपेक्षा न

करता काही गोष्टी सोडून देता आल्या तर नोकरी करणारी बाई आयुष्याच्या मॅरेथॉन वर पळत राहू शकते. कधी कधी चारीठाव स्वयंपाक, किंवा क्लाएंटच्या सगळ्या शंका एका क्षणात सोडवल्या नाही तरी चालू शकते.

मला परवा विभा मॉलमध्ये भेटली. ती एकदम गोंधळलेली आणि वैतागलेली दिसली. एका मागून एक रुमाल उचलत होती आणि परत ठेवून देत होती.

''काय शोधतीयेस विभा? मी मदत करू?''

''मला गुलाबी रंगाचे रुमाल हवेत आणि त्यांच्याकडे फक्त पिवळे आणि गुलाबीच आहेत.'' ती म्हणाली.

''काही खास कारण आहे गुलाबीच घ्यायला?'' मला जरा आश्चर्यच वाटलं.

''हं, म्हणजे माझ्या सेंटर टेबल वरच्या गुलाबांशी सुसंगत होतील. आज माझ्याकडे पार्टी आहे. हरीशच्या ऑफिसमधल्या सहकाऱ्यांना बोलावलंय.'' काय मुर्खासारखा प्रश्न आहे अशा नजरेने माझ्याकडे बघत तिने मला सांगितलं.

''मला वाटतं एम.जी. रोड वरच्या मॉलमधे जाते मी.'' त्यांच्याकडे मिळतील कदाचित. असं म्हणून ती तिथून पळाली. विभा म्हणजे वाऱ्यासारखी होती, एका जागेवरून दुसऱ्या जागी ती वाऱ्याच्या वेगाने भरकन जायची– घर ते ऑफिस. ऑफिस ते घर. मी तिला कधीही शांत, एका जागी ५ मिनिटांपेक्षा अधिक वेळ बसलेली बघितली नाही.

ती एक यशस्विता आहे, स्पर्धेत धावणारी. ती जे काय करेल ते परिपूर्णच असायला हवे. त्यामुळे तिला नोकरीच्या ठिकाणी, स्वयंपाकात, पार्ट्या आयोजित करण्यात परिपूर्णताच लागते. तिच्या मुलीला चांगलेच मार्क्स आणि नवऱ्याला चांगलीच पगारवाढ!!

खूप वर्ष ती हे सगळं सफाईने करत राहिली. पण नंतर एक दिवस सगळं गळून पडलं (त्याच दिवशी ज्या दिवशी ती मला मॉल मधे भेटली होती), विभाच्या पार्टी ला गेलेल्या एका मैत्रिणीनेच मला हे सांगितलं.

डेझर्ट बाहेर येईपर्यंत सगळं ठीक चाललं होतं. तो पर्यंत बोटं चाटायला लावणारे स्नॅक्स (तसं बघायला गेलं तर, बोटं चाटायची गरजच नव्हती, प्रत्येकाच्या हातात ड्रिंक ला सुसंगत सुंदर गुलाबी रुमाल देण्यात आले होते. घर चमकत होते. नोकरदार अदबीने

सगळ्यांकडे लक्ष देत होते, पदार्थ चवदार होते आणि ह्या सगळ्याला सुंदर साथ देणारं मंद संगीत! पण दुर्दैवाने सफल, ज्यात विभाचा हातखंडा होता ते मात्र बिघडले. हरीश च्या बॉस ने पहिला घास घेतला तेव्हा त्याला आणि त्याच्या इतर सहकाऱ्यांना कळून चुकले की काहीतरी गडबड झाली होती. ते खराब झाले होते. कोणालाच कळलं नाही की नक्की काय झाले पण याचा विभावर मात्र खोल परिणाम झाला. तिला अक्षरश: पॅनिक अॅटॅक आला. डॉक्टर ला बोलावून घेऊन तिला झोपेच्या गोळ्या द्यायला लागल्या. नंतर मी ऐकलं की ह्या धक्क्यातून सावरायला तिला कामावरून सुट्टी घेऊन, शांत व्हायला हिमालयात जायला लागलं.

कायमच यशस्वी असणाऱ्या लोकांना असे लहान–सहान धक्के सहन होत नाहीत. कुठल्याही प्रकारचं अपयश ते पचवू शकत नाहीत.

माझी एक आत्या अशीच होती. लहानपणापासून सगळ्याच गोष्टीत ती पारंगत होती त्यामुळे तिचे स्वत: बद्दल उच्च असे मत होते आणि तिने कुटुंबातील इतरांनाही असे मापदंड लावले. त्यांना सगळ्यांना परिपूर्ण असणं भाग पडलं. आणि जसं कुणाच्याही बाबतीत घडू शकतं तसं तिलाही एकदा अपयशाला सामोरे जावे लागले. तिला हवी असलेली पदोन्नती तिला मिळाली नाही, तिला खात्री होती की तिला ती मिळणारच! शेवटी, ती एक उत्तम व्यवस्थापक होती ना! ती यामुळे इतकी दुखावली गेली की तिने यामागची कारणंही शोधायची पर्वा केली नाही आणि ह्या एका अपयशाच्या छायेत बाकीचे सुंदर असलेले आयुष्य झाकोळून टाकले. यशा शिवाय दुसरं काही मान्यच नसल्यामुळे ती हा आघात सहन करू शकली नाही आणि तिने तिच्या नोकरीला कायमचा राम–राम ठोकला. केवढी हुशारी वाया गेली, मला असं वाटलं! आता तिच्या हातात नसलेल्या, ताब्यात नसलेल्या कुठल्याही गोष्टी ती करत नाही. परिपूर्णतेने सज्ज असलेल्या घरात, ती सुंदर फुलं आणि भाज्या उगवते आहे. तरी तिचे परिपूर्णतेच चैतन्य कधीतरी उसळी मारते अन मग ती आम्हाला फोन करते ते हे सांगायला की ती कसं परिपूर्ण आयुष्य जगते आहे. परफेक्ट गुलाब, परफेक्ट पालक आणि परफेक्ट टोमॅटो. ती 'साधारण', 'नियमित' आयुष्यापासून खूप दूर आहे कारण खरं आयुष्य हे यादृच्छिक आणि निरंकुश असतं. सत्यात अपयश, विरोधाभास असू शकतात जे कुणीही थोपवू शकत नाही. पण तुम्ही ह्यापासून अपयश म्हणून दूर पळालात, तर तुम्ही कदाचित अपूर्णतेतल्या सौंदर्याला मुकाल.

व्यावसायिक मंत्र

* यशस्वी होण्यासाठी कौशल्या पेक्षा ही प्राधान्यक्रम महत्वाचा असतो.

* सगळ्याच गोष्टीत परिपूर्ण असण्यापेक्षा, एकाच गोष्टीवर लक्ष केंद्रित करून, त्यात उत्तम असावे.

* तुम्हाला सर्वात आनंद देणाऱ्या गोष्टी स्वीकारा आणि त्यात यश मिळवा. बाकीच्या गोष्टी सोपवा.

* स्वतः च्या मर्यादांचा स्वीकार हे चारित्र्य बांधणीचे काम आहे. एखादी गोष्ट आपल्याला नीट जमत नसेल तरी, त्याबद्दल स्वतःची पाठ थोपटा. ह्यामुळे तुम्हाला सत्य स्वीकारणे सोपे जाईल.

१४

मदत मागा

तुम्ही ताबा सोडू शकता ?

''मम्मीजी सागर साठी मी रव्याची खीर बनवलीए, तो उठला की ती तुम्ही त्याला भरवाल प्लीज? मला कामाला जायला उशीर होतोय आणि बरोब्बर १० वाजता त्याला आंघोळ घाला. मी पाण्याचं तापमान बघायला थर्मोमिटर बाथरूम मधेच ठेवलाय आणि तुम्ही प्लीज त्याला साधी पावडर न लावता बेबी पावडर लावायची लक्षात ठेवाल? मला वाटतंय त्याला त्या साध्या पावडरचीच अलर्जी आली असावी.'' दाराकडे जाता जाता अंजू ने पाढा वाचला.

''अग बेटा, कशाला एवढी काळजी करतेस? मी बघते सगळं. तू निघ. तुला उशीर झालाय.'' असं म्हणत माझ्या आत्याने तिच्या सुनेच्या पाठी दरवाजा लावला. माझ्याकडे रागाने बघत म्हणाली, बघ अंजू कशी करते, जसं काय सागर हा पहिलाच मुलगा आहे जो मी वाढवते आहे. कुठल्याही मदतीशिवाय मी तीन मुलांना वाढवलंय.आणि बघ ते चांगले निघाले. असं म्हणत चमचा घेऊन खीर चाखायला लागली. ''इऽऽऽ, साखरच नाहीये, कसं खाणार ते बिचारं बाळ?'' असं म्हणत तिने चमचाभर साखर त्यात घातली. ''पण अंजू ने तुला सांगितलंय सागर ला साखर देऊ नकोस म्हणून, मी आठवण करून दिली.''

''मग त्या बिच्चाऱ्या पोरात शक्ती कुठून येणार? साखर नाही म्हणे! काय माहित, कुठल्या नव–नवीन कल्पना या मुली इंटरनेट वरून शोधून काढतात! चव घेताली आहेस तू याची? साखर घालेपर्यंत माझ्या बिच्चाऱ्या पोराने एक कण देखील चाखला नाही. जर देवाला आपण साखर खाऊच नाही असे वाटत असते तर त्याने साखर

बनवलीच नसती ना? मी तुझ्या सगळ्या भावंडाना सगळं खायला घालून सुद्धा चांगली झालीएत न ती? आणि तू? तुझ्या आईनेही तुला असं खाण्यापासून वंचित नाही ना ठेवलं?'' माझ्याकडे बघत ती म्हणाली.

गेले काही दिवस मी माझ्या आत्येभाऊ आणि त्याच्या बायकोबरोबर राहत होते आणि अगदी जवळून सासू सुनेचे नाटक घडतांना बघत होते, अगदी टेलीविजन मालिकांमधलं नाट्य, रोज एक नवंच वळण! बरीच वर्षं एकत्र खेळीमेळीने राहिल्यामुळे माझी आत्या आणि अंजू ह्या एकमेकींच्या मैत्रिणी झाल्या होत्या खऱ्या, पण सागरला वाढविण्याच्या बाबतीत मात्र त्या अगदी एकमेकीं विरुध्द होत्या. त्यामुळे प्रत्येक दिवस जायचा तो आधी अंजूने सागर बाबत सर्व सूचना आत्याला देणे आणि तिच्यासमोर फार विरोध न दाखवता अंजू गेल्यावर तिला तिच्या नातवा बद्दल जे योग्य वाटतंय तेच करणे. मग ते त्याला साखर खायला घालणे असो, त्याला रांगत बाहेरच्या छोट्या बागेत जाऊ देणे असो किंवा अंजूच्या बहिणीने परदेशातून आणलेल्या तेला ऐवजी सागरला तुपानेच मालिश करणं असो. आत्या अंजू च्या सगळ्या सूचनांकडे काणाडोळा करत आपल्याला हवं तेच करत असे. अंजू ज्या पद्धतीने सागरने वापरायचं सगळं निर्जंतुक करत असे, ते बघणं फार मजेशीर होतं. त्याच्या अंघोळीच्या टब पासून, त्याची खीर बनवली जाणाऱ्या मिक्सर पर्यंत! आणि दुसरीकडे आत्या, एवढं स्वच्छ करून दिलेल्या बाळाला, बागेत खेळत असतांना तोंडात चिखल गेला तरी काही म्हणत नसे. फक्त त्याचं तोंड धुवून देऊन परत त्याला बागेत खेळायला सोडून देत असे. अंजूला जर याची यत्किंचितही कल्पना आली तर तिला फीटच येईल आणि मग सगळा राग बिचाऱ्या माझ्या भावावर निघेल. पण अंजू ला माहित होतं, एका मर्यादेनंतर ती काही करू शकत नव्हती. तिला जर नोकरी करायची आहे तर तिला आत्या च्या मदती शिवाय ते शक्यच नाही आणि ती हे ही बघत होती की आजीच्या हाताखाली सागर चांगला मोठा होत होता, अगदी कितीही अस्वच्छतेत असला तरीही!

जरा विश्लेषण करून बघितलं तर असं लक्षात येतं की शक्यतो नोकरी आणि घर दोन्ही सांभाळणाऱ्या बायकांना कोणाची मदत नको असते. असं नाही की मदत मिळत नाही पण त्यामुळे बऱ्याचदा मुलं वाढविण्यावरचा, स्वयंपाकघरावरचा, त्यांच्या पद्धतीने आयुष्य जगण्यावरचा ताबा सुटण्याचा धोका असतो.

पण सत्य हे आहे की बऱ्याचदा आपल्याला आपल्या कुटुंबाकडून, आई कडून, सासूकडून, कंपनीकडून मदतीची गरज असते. वीस वर्षांपूर्वी मी जर माझ्या कंपनीला कामाच्या वेळेच्या लवचिकते बद्दल विनंती केली नसती तर आज मी जिथे आहे तिथे

कदापिही नसते. आणि जर माझ्या आईने माझ्या मुलाच्या पालनपोषणाची जबाबदारी घेतली नसती तर मी टीव्ही चॅनेल चालवण्याची तणावाची नोकरी घेतलीच नसती. एक खरंय की हे म्हणजे तुमच्या आयुष्यातला अमूल्य भाग कुणाला तरी देण्यासारखे आहे. पण विशेषत्वाने मुलांना वाढवताना, ही जबाबदारी कुठल्यातरी बाहेरच्या व्यक्तीवर टाकण्या ऐवजी आई किंवा सासू ला देणे जास्त योग्य आहे.

ज्या बायका तणावयुक्त जॉब्स आणि घर सहजरित्या सांभाळू शकतात त्या नक्कीच कोणाची तरी मदत घेतात. त्यांनी आपल्याभोवती आई, शेजारी, नवरा, घरातली कामवाली बाई असं मदतीचं जाळं विणलेलं असतं.

काही धड्यांपूर्वी आपण हे बघितलं की आपण दु:खी सीतेचे मॉडेल आता मागे टाकले आहे. त्यामुळे आपण नव्याने धारण केलेल्या आपल्या स्वतंत्र आणि मुक्त अवतारात आपण घरातल्या इतर कुटुंबियाची मदत मोकळेपणाने मागू शकतो. जर आपण घराच्या आर्थिक गाड्याला आता हातभार लावतो आहोत तर मग बाकी कामांसाठी कुटुंबियांची मदत मागितली तर कुठे बिघडलं? नवऱ्याला आणि मुलांना मदत करायला सांगा पण परत तिथेही लिंगभेद नाही हं, की मुलींनी फरशा पुसायच्या आणि मुलांनी लाईट बल्ब बदलायचे आपण हे सीता मॉडेल कधीच दूर फेकलंय.

यशस्वी बायकांनी वेळोवेळी त्यांच्या कंपनीची मदत मागितली आणि आपल्या गरजा पूर्ण करण्या करता आपल्या भोवतालच्या सिस्टिम ला जोर दिला. जर तुमचा तुमच्या नोकरीच्या जागी दबदबा असेल तर तुम्ही नक्कीच महिलांसाठीची धोरणं पुढे नेऊ शकता. लताला मूलं झालं तेव्हा तिला कोणाची मदत नसल्याने तिने आम्हाला पाळणाघर सुरु करण्याबाबत विनंती केली. त्यामुळे, बाळाला आणि सांभाळणाऱ्या बाईला, ऑफिसला घेऊन येउन ती तिचे काम सांभाळू शकली. यातून तिला तसेच आम्हालाही फायदा झाला. एका चांगल्या कर्मचाऱ्याला कायम करता आलं आणि पाळणाघर सुरु झाल्यामुळे इतर बायका आमच्या नोकरीकडे आकर्षित झाल्या.

बऱ्याच नोकरी करणाऱ्या बायका त्यांच्या मैत्रिणींमध्ये असं मदतीचं जाळं विणतात. कार पुल्स आणि अंगत-पंगत या व्यतिरिक्तही! मला अशा अनेक बायका माहिती आहेत ज्या आपल्या मुलाच्या वर्गात असणाऱ्या मुलांच्या आयांशी मैत्री करतात, त्यामुळे शाळेतल्या ताज्या बातम्या, प्रोजेक्ट्स, चांगल्या शिकवण्या ह्याची सगळी खबर विनासायास मिळते. याबाबतीत मला किती अपुरी माहिती होती ते मला सिद ची पिकनिक एकदा रद्द झाल्याचे रात्री प्रत्येकाला त्यांच्या ह्या नेटवर्क मधून कळल्याचे,

कळल्यावर झाली. ९० जणांच्या वर्गातली मी एकटीच बाई होते जी ५ वाजता सिद ला घेऊन तिथे गेले. स्वाभाविक आहे नं, बाकी सगळे एकमेकांशी जोडलेले होते. मी केलेली चूक करू नका!

व्यावसायिक मंत्र

* यशस्वी व्हायला बाईला आपल्या भोवती मदतीचे जाळे विणावे लागते. विशेषतः मुलांना वाढवतांना कुटुंबाकडून जितकी मदत मिळेल तितकी आवश्यकच असते. ते म्हणतात ना , एक मूल वाढवायला अख्खं गाव लागतं.

* मदत मागायला बायका कचरतात त्याचे मुख्य कारण म्हणजे आयुष्याच्या महत्वाच्या भागावरचा ताबा निघून जाण्याची भीती!

* तुमचं मूल वाढवायला तुम्ही तुमच्या आईची किंवा सासूची मदत घ्या. तुमच्या नवऱ्याचे संगोपन तिनेच केले आणि ते काही वाईट नाही केले!

* तुम्ही जर चांगले कर्मचारी असाल तर तुमची कंपनी तुमच्या भोवती मदतीचे वातावरण निर्माण करेल आणि तुम्हाला समतोल साधायला मदत करेल. पण जर तुम्ही तशा नसाल तर मग तशी अपेक्षा ठेवू नका

१५

सवलतींचा फायदा करून घ्या

सवलतींचा जबाबदारीने उपयोग करा

आपण जेव्हा आपल्या कंपनीला महिलासाठींची धोरणं राबवण्याकरता दबाव आणतो (आणि असा दबाव आणणे जरुरी आहे, फक्त आपल्या करताच नव्हे तर, भविष्यकाळात नोकरीत येणाऱ्या महिलांसाठी हे फायद्याचे ठरू शकते.) त्यामुळे ह्या फायद्यांबरोबर येणाऱ्या जबाबदाऱ्या आपण समजून घेतल्या पाहिजेत. मिळालेल्या सवलतींचा आपण गैरफायदा तर घेत नाही आहोत हे एकदा तपासून घेतले पाहिजे जेणेकरून आपल्याला आपल्या कंपनीला असा विश्वास देता येईल की अर्धा वेळ काम करूनही आपण पूर्ण वेळ काम करणाऱ्या कर्मचाऱ्यां इतकेच चांगले काम करू शकतो.

सुदैवाने मी अशाच बायकांच्या संपर्कात आले की ज्यांना मिळालेल्या सवलतींमुळे येणाऱ्या जबाबदारीची पूर्ण जाणीव होती. माझी एक सहकारी जी सध्या घरून काम करते आहे, ती मला सांगत होती की ठरवून दिलेल्या ऑफिस च्या वेळात जर ती मधेच स्वयंपाक करायला किंवा काही घरातले काम करायला उठली तर तिला त्याबद्दल खूप अपराधी वाटते.

पण मग कधीतरी आपल्याला बीना पण भेटतात. बीना आमच्या क्रिएटिव्ह टीम मधे निर्माती आहे. बहुदा वाईट नशीब तिला शोधत आलं असावं. तिची तब्येत अगदी नाजूक आहे, अस्तित्वात असलेले सगळे रोग तिला योग्य अंतराने होत असतात. तिला दूर दूर राहणारे खूप सारे मित्र–मैत्रिणी आणि नातेवाईक आहेत ज्यांच्या संकटसमयी त्यांना

बीनाची मदत लागते. सगळ्यावर कहर म्हणजे, तिच्या कुटुंबात आश्चर्यजनक सातत्त्याने मृत्यू होत असतात.

जोपर्यंत तिची आजी तिसऱ्यांदा वारली नव्हती तोपर्यंत आम्हाला तिच्याबद्दल खूप कणव होती आणि वाटायचे की कसे एखाद्याचे नशीब इतके वाईट असू शकते. तिचे वाईट नशीब ही तिचेच कपोलकल्पित आहे आणि त्यात सत्याचा अंश ही नाही हे कळल्यानंतर आम्हाला तिला जा म्हणण्याशिवाय पर्याय नव्हता. तिला हे सुचवले गेले की अशी वेळ आली होती की तिचे काम अशा माणसाला देणे योग्य होते जो त्यासाठी अधिक वेळ देऊ शकेल आणि तिला तिच्या नातेवाईक किंवा मित्रमैत्रिणींच्या सेवेची नोकरी पत्करता येऊ शकेल. – खरतरं तिच्याशिवाय काम करणे आम्हाला जड जाणार होते, पण आमची त्याला तयारी होती.

अशीच एक दुसरी सहकारी. खूप मोठ्ठी सिकलिव्ह टाकली आणि परदेशात सुट्टी एन्जॉय करत असतानाचे फोटो फेसबुक वर टाकले. आता ती आमची 'माजी कर्मचारी' आहे .

पण ९०% केसेस मधे मी असं पाहिलंय की ज्या कोणाला सवलती मग त्या वेळेबाबत असतील, त्या जास्त जबाबदारीने काम करतांना दिसतात.

हे असं बघितल्यावर आजच्या संस्थांच्या पुढचा प्रश्न जास्त जटील आहे. बायका मिळालेल्या सवलतींचा गैरफायदा घेतात एवढंच नव्हे तर महिलांसाठी अशी धोरणं राबवून आपणच कुठेतरी चुकतो आहोत आणि पर्यायाने पुरुषांवर अन्याय करतो आहोत असे त्यांना वाटणे साहजिक आहे.

आता खालील काल्पनिक रूपरेखा पहा.

समजा, कंपनीत दोन सेल्स हेड्स आहेत. एक पुरुष आणि दुसरी महिला. दोघेही अगदी हुशार आणि सक्षम आहेत त्यामुळे दोघेही आपापली विक्रीची लक्ष्य आणि उद्दिष्ट वेळेवर पूर्ण करतात. एकाच स्तरावर आहेत आणि दोघांना सारखेच इन्सेन्टिव्हज मिळतात. आता महिला हेड बाळंत पणाच्या सुट्टी वर जाते. तीन महिन्याची रजा, जी कायद्यानेच तिला मंजूर केलेली आहे ती, ती घेते. जे काय नऊ महिने तिने काम केले त्यात ती तिचे विक्रीचे लक्ष्य पूर्ण करते आणि मग जेव्हा इन्सेन्टिव्हज द्यायची वेळ येते तेव्हा तिला पूर्ण वेळेसाठी पैसे मिळतील की फक्त तीन चतुर्थार्थ वेळेसाठी?

वर वर पाहता हे अगदी सोपे वाटते पण एचआर च्या लोकांना असे निर्णय घेणे

तितकेसे सोपे नसते. कायद्यानुसार तिला तिची रक्कम मिळायलाच हवी (बाळंतपणाची रजा ही पूर्णतः देण्यायोग्य आहे आणि ते बरोबरही आहे.) जर तिला पूर्ण इन्सेन्टिव्हज मिळत असेल तर तिच्या पुरुष सहकाऱ्याचे, ज्याने पूर्ण वेळ काम केले त्याचे काय? तिला जी रक्कम नऊ महिन्यात मिळते तेवढीच रक्कम त्याला पूर्ण वर्षभर काम केल्यानंतर मिळते, हा न्याय आहे का? पण मग सत्य हे आहे की तिला गरोदरपणासाठी सुट्टी घ्यायलाच लागते जी त्याला मिळत नाही! याउलट कितीतरी पुरुषांना आपल्या नवजात बाळा बरोबर जास्त वेळ घालवायचा असतो पण त्यांना फक्त ३ च दिवस पालकत्व रजा मिळते. इथे मग न्याय कुठाय?

असं न संपणारं प्रश्न आणि शंकांचं वर्तुळ फिरत राहतं. काय बरोबर आहे आणि काय नाही? पुरुष आणि बाई या दोघांच्या बाबतीत न्याय्य असण्याचा समतोल कसा साधायचा?

अशा प्रकारच्या अडचणींना संस्थाना तोंड द्यावे लागते जेणेकरून त्यात वैविध्यता प्रस्थापित करत असतानाच सगळ्या कर्मचाऱ्यांसोबत निः पक्षपाती असतात.

असा समतोल साधण्याचे इतके कठीण काम ह्या संस्था करत असतात, तेव्हा दिलेल्या सवलतींचा आपण निदान गैरफायदा घेणे बंद केले पाहिजे.

एका बहुराष्ट्रीय कंपनीत नऊ महिन्याची पगारी प्रसुती रजा आहे. आशु, माझा वर्गमित्र जो तिथे विक्री आणि वितरण विभागाचा मुख्य आहे, त्याने सांगितले की, ''यापुढे महिला कर्मचाऱ्यांना नोकरी द्यायची नाही'' असं त्यानं ठरवलंय. हे म्हणजे माझ्या डोळ्यांसमोर लाल झेंडा फडकवल्या सारखे होते. माझे भागिनीप्रेम उफाळून आले आणि मी त्याला त्याच्या असल्या महिलांबाबतच्या मतांबद्दल धारेवर धरले. त्याला अगदी एमसीपी म्हणून मोकळी झाले.

''अगं नाही, माझे झाशीची राणी,'' तो म्हणाला. ''तू सांग, काय करू? जे कोणी नजीकच्या काळात बेबी प्लान करत असेल ते आमची कंपनी जॉईन करतात, कारण काय तर, ९ महिन्यांची पगारी रजा!''

''गेल्या काही महिन्यात, माझ्याकडे ३ महिला कर्मचारी,ज्या जॉईन होण्याच्या एका महिन्यातच प्रसूती रजेवर गेल्या. १२ लोकांच्या विभागात ३ लोकं जर रजेवर गेली तर मी काय डोंबल काम करणार?'' माझ्याकडे बघत तो म्हणाला.

एक व्यवस्थापक होण्याच्या नात्याने मी त्याचं म्हणणं समजू शकते. एक बाई म्हणून मला काळजी वाटते. आपण जर इतक्या बेजबाबदारपणे कंपनीची पिळवणूक केली तर एक व्यावसायिक म्हणून आपली काय लायकी उरेल? पुढच्या येणाऱ्या पिढीकडून ह्या सवलती काढून घेतल्या जातील? (किंवा असंही होईल की अशी काही धोरणंच असणार नाहीत कारण महिलांना कुणी नोकऱ्याच देणार नाही.)

व्यावसायिक मंत्र

* कंपनीत काम करताना दोन्ही बाजूंना विन–विन परिस्थिती हवी असल्यास महिलांसाठी धोरणं असणं आवश्यक आहे.

* सवलतींचा गैरफायदा घेतला जाणार नाही याची काळजी आपण घेतली पाहिजे आणि त्याचे मूल्य कंपनीला परत दिले पाहिजे.

* कुठल्याही कंपनीला स्वतः ची पिळवणूक करून घेणे आवडत नाही. याचा परिणाम गैरफायदा घेणाऱ्या महिला कर्मचाऱ्यांना किंवा त्यांच्यानंतर येणाऱ्या महिला कर्मचाऱ्यांना भोगावा लागतो.

* तुम्ही पोटदुखीचे कारण सांगून जर मैत्रिणींबरोबर टेकडीवर गेला असाल तर कृपया त्याचे फोटो फेसबुक वर टाकू नका. लक्षात ठेवा, तुम्ही तुमच्या बॉस ला गेल्या महिन्यातच फ्रेंड्स लिस्ट मध्ये ॲड केलंय !

१६

इथे नवऱ्यांना प्रशिक्षण दिले जाते

पाठीराखा पार्टनर तयार करणे

यश प्राप्ती करता जुळवून घेण्याच्या प्रवासातली सर्वात महत्वाची पायरी म्हणजे तुमचे 'नवरे –प्रशिक्षण' व्यवस्थित झाले पाहिजे. ह्या गोष्टीशिवाय तुम्ही कितीही कष्टाळू असाल, तुमच्यात चिकाटी असेल, तुमची कंपनी तुम्हाला आधार देत असेल तरीही तुमच्या नवऱ्याला तुम्ही तुमचे करिअर आणि त्याच्या मागण्या याचं चांगल प्रशिक्षण दिल्याशिवाय तुम्ही फार दूरपर्यंत जाऊ शकणार नाही.

दुर्दैवाने, आधार देणारा नवरा हा जन्मजात तसा नसतो किंवा त्याला झाडावरून तोडताही येत नाही. तुम्हाला वर्षानुवर्षे त्याचे हळुवारपणे संगोपन आणि मार्गदर्शन करावे लागते, जोपर्यंत तो परिपूर्ण असा सामोरा येतो आणि तुमच्या मैत्रिणी हेवा करत म्हणतात, ''किती नशीबवान आहेस तू! संजय किती चांगला आहे सिद बरोबर. स्वयंपाक ही किती मस्त करतो. खरंच, ते शेफर्ड पाय त्याने केलं? तो त्यांच्या समोर अदबीने वाकतो'' तेव्हा तुम्ही आतल्या आत स्वतःला थोपटता. शेवटी त्याला इथपर्यंत आणलंय कुणी? तुम्ही सदिच्छा स्वीकारता, आणि हे काम साध्यं व्हायला स्वतः ची पाठ थोपटता. तुमच्या मैत्रिणींना हे माहित नसतं की यात नशिबाचा भाग थोडा असतो आणि तुमची मेहनत आणि चिकाटी कामी आलेली असते.

अशी खूप कमी उदाहरणं सापडतील की जे पुरुष समानतेचे धडे गिरवतच लहानाचे मोठे मोठे झाले आणि बायको च्या वाढदिवसाला चार ठाव जेवण बनविण्यात त्यांचा हातखंडा होता. मला हे सांगायला वाईट वाटते की ह्या प्रकारातले जास्तीत जास्त पुरुष उत्तर भारतातले असतात जिथली मी ही आहे., मुख्यत्वे दिल्ली. त्यांच्या

आयांच्या अती लाड –कौतुकाने त्यांचा असा गैरसमज असतो की सगळं जग आपलं काहीतरी देणं लागतंय आणि आपल्या भोवतीचे सर्वजण हे आपली सेवा करायला जन्मला आले आहेत. त्याहून वाईट दक्षिण भारतीय जे वर्षानुवर्षे दिल्लीत राहातायेत. धर्म बाटवल्यासारखे ते तर जास्तच अधिक कट्टर झालेत.

लुधियानाहून आलेला माझा शेजारी एक वरिष्ठ टॅक्स अधिकारी आहे.

त्याच्या आयुष्यातील सकाळ बघा ह कशी उलगडत जाते.

''अजी , आपकी चाय तय्यार हैं'' असं आर्जव करत त्याची बायको त्याला उठवत असते तेव्हा हा किंग तिचं स्वागत घोरत आणि काहीतरी बरळत असतो. पुढची धाड त्या तरुण अभिनेत्रीच्या घरी कशी घालायची याची स्वप्न रंगवत तो पडलेला असतो. ''उठा चहा थंड होईल;'' असं पुष्पा त्याला परत १० मिनिटांनी सांगायला जाते तरीही हा पडूनच असतो.

हे सगळे असेच ९ वाजेपर्यंत चाललेले असते आणि तोपर्यंत सगळे शेजारी त्यांच्या ७. ची लोकल आणि ८. ची लेडीज स्पेशल पकडायला निघून पण गेलेले असतात. आता तुम्हाला कल्पना आली असेल की इन्कम टॅक्सच्या अधिकाऱ्यांच्या प्रवेश परीक्षेला एवढी मोठी रांग का असते!

हिरे व्यापाऱ्यांवर धाड घालण्याच्या अथवा न घालण्याच्या अनुषंगाने जे फायदे मिळतात, त्या फायाद्यां व्यातिरिक्त अजून मोठा फायदा म्हणजे ऑफिस ला ११ वाजता पोचता येतं आणि ५ वाजता निघून आयटी क्लब ला ड्रिंक्स साठी जाता येतं. (बहुतेक क्लब चा मालक आश्चर्यकारकरित्या गेल्या ६ महिन्यात टॅक्सच्या धाडेतून बचावलेला असतो.)

शेवटी एकदाचा हा किंग उठतो आणि डोळे चोळत डायनिंग टेबलशी येतो जिथे चहाचा कप आणि घडी करून ठेवलेलं वर्तमानपत्र असतं. घरात सगळ्यांना माहित आहे की त्याचा पेपर वाचून होईपर्यंत कुणीही त्याला हात लावलेला त्याला चालत नाही, मग चुरगळणे वगैरे तर दूरची गोष्ट. ''अगंए..., काय थंड आहे चहा,'' असं म्हणत तो पहिलाच घोट बाहेर टाकतो. ''पुष्पा किती वेळा तुला सांगितलंय कि मला थंड चहा आवडत नाही म्हणून !''

तोच चहा त्याच्या डोक्यावर ओतून आपण त्याला सांगितलं असतं की बाबा हा चहा तुझ्याच मुळे गार झालाय. पण पुष्पा (तिने हे पुस्तक न वाचल्यामुळे) क्षमा मागते

आणि चहाचा दुसरा कप आणण्याकरता स्वयंपाकघराकडे धाव घेते. मग भरपूर नाश्ता आणि साधारण एक तासाभरानंतर किंग ऑफिस ला जायच्या तयारीला लागतात. ''पुष्पा, माझा टॉवेल कुठाय?'' बाथरूम मधून तो ओरडला. (कल्पना करा, ओल्या आणि निसरड्या बाथरूम मधे नेहमीप्रमाणे टॉवेल विसरून हा उभा आहे.), ''पुष्पा, माझ्या शर्टाच्या बाह्यांना नीट इस्त्री झाली नाहीये, पुष्पा , माझे बूट पॉलिश, पुष्पा, माझा रुमाल, देवा, आता माझ्या गाडीच्या किल्ल्या कुठे आहेत? तू कशाला त्या उचलून ठेवतेस?''

''हॅलो! काल तू त्या सोफ्यावर फेकल्या, मी काय करणार त्याला?'' पुष्पा ने असे म्हणायला हवे खरे तर, पण ती त्याच्या गरजा पुरवण्यासाठी पुढे मागे धावत राहते.

अगदी सहजगत्या मग तो म्हणतो, ''ओह, आज संध्याकाळी मॅच बघायला माझे काही मित्र येतायेत, जरा काहीतरी बनवशील?''

असं म्हणत तो वाऱ्याच्या वेगाने ऑफिस मधे महत्वाची कामे उरकायला जातो.

नेहमीच्या अनुभवानुसार, पुष्पाला माहिती आहे, का याचा अर्थ २ ते १० मित्र, आणि काहीतरी याचा अर्थ चार ठाव जेवण असा असतो. ती तिच्या पार्लर ची वेळ या महिन्यात पाचव्यांदा रद्द करते. स्वाभाविक आहे, टिएलटि किंग गेल्यानंतर स्वच्छता, रात्रीच्या जेवणाची तयारी, मुलं, त्यांचा अभ्यास आणि जेवणं, अख्खा दिवस कधीच उडून जाईल. दुर्दैवाने याच कच्च्या मालावर आपल्याला नवरा –प्रशिक्षणाची सुरुवात करायला लागते आणि यातून गेल्यावरच कळते की आपले ध्येय किती कठीण आहे ते !

पण निराश होऊ नका. तुम्ही चिकाटीने (आणि खालिल काही पानं वाचून माझ्या सूचनांचे पालन केलेत) तर तुमच्या कष्टाचे चीज नक्की होईल. तुम्ही जेव्हा नवरा–प्रशिक्षण सुरु करता तेव्हा तुम्हाला हे लक्षात घ्यायला हवे की नवरा हा विचित्र प्राणी आहे. मी एक शिकली आहे. जर तुम्ही त्यांना काही सरळपणे सांगायला गेलात तर ते उलट्या दिशेने पळ ठोकतील पण तेच तुम्ही, सचिन तेडुलकर बॅटिंग करत असतांना आडून–आडून, नुसतंच कानात कुजबुजायचं. आणि कधीही त्यांच्या कडे सरळ पाहत किंवा डोळ्यात डोळे घालून त्यांना काही सांगायला म्हणजे सुचवायला जाऊ नका. पुरुषांना उपदेश, ते कुठल्यातरी महत्वाच्या, आवडीच्या कामात गुंतले असतांना करा.

''तू प्लीज उद्या आईला डॉक्टर कडे घेऊन जाऊ शकशील? म्हणजे मग मी साचून राहिलेल्या कागदपत्रांचं काम करून टाकीन.'' असं तुम्ही, तो मॅच बघत असतांना, जोरजोरात त्याच्यावरची आणि सोफ्यावरची धूळ झटकत सुचवू शकता.

''ओहो, काय? टी व्ही समोरून दूर हो आधी. मधोमध उभी आहेस ठीक आहे, मी घेऊन जाईन तिला! ओ माय गॉड, काय शॉट आहे!''

आता कळलं मी काय म्हणते ते?

महत्वाची गोष्ट म्हणजे, नवऱ्यांना बहुविध गोष्टी करायला जमत नाही, ते एका वेळेस एकच गोष्ट करू शकतात, म्हणून मग तुम्हाला हलक्या पण जिद्दी हाताने त्या गोष्टीची योग्य फोड करायची असते.

मी माझ्या प्रशिक्षणाची सुरुवात नवऱ्यांमध्ये ऐकण्याची (एक चांगला श्रोता असण्याची) कला बिंबवत केली. लग्नाच्या सुरवातीच्या दिवसांत, मी माझ्या कामाच्या दिवसाबद्दल सांगताना तिसरं वाक्य संपतय तोच रेडीओ वर चाललेल्या किंवा वर्तमानपत्रातल्या (जे मी आधीच वाचलेले असते.) एखाद्या बातमी कडे ह्याचं लक्षं विचलित होई. आणि माझ्या एखाद्या ऑफिस मधल्या अडचणी बद्दल बोलत असेन तर मग ढीगभर उपदेश!

हे प्रशिक्षण प्रत्यक्षात उतरण्यासाठी शांत चित्ताने, अप्रत्यक्षपणे तर कधी डोळ्यात पाणी आणून मला ते पुढे न्यायला लागले. पण आता मी म्हणू शकते की तो हे प्रशिक्षण उत्तम गुणांनी उत्तीर्ण झाला.

१. मी जेव्हा त्याच्याशी बोलत असते तेव्हा तो मधे मधे 'हं', 'उह', 'बिच्चारी तू' अशी असे सहानुभूती दर्शक शब्द वापरत असतो, हे एवढं त्याच्या बाजुनी होणाऱ्या संभाषणाकरता पुरेसे आहे.

२. उपदेश देणं हे निषिद्ध आहे. त्याचा उपदेश घ्यावा म्हणून मी ऑफिस मधे झालेल्या गोंधळा बद्दल त्याला सांगत नाही तर त्याच्याशी अधिक चांगल्या पद्धतीने जवळीक साधता येईल या दृष्टीने सांगते.

आता तो ह्यात इतका पारंगत झालाय की 'बिच्चारी तू' अशी मधे मधे पेरणी करत तो सचिनची बॅटिंग पाहत, माझ्या ऑफिस ची पूर्ण कर्मकहाणी ऐकू शकतो.

एकदा तुम्हाला इतपत जमायला लागले की मग तुम्ही ह्यात अजून प्रगती करून जास्त गुंतागुंतींची प्रोजेक्ट्स हाती घेऊ शकता. जसं की, तुम्ही ऑफिस च्या कामानिमित्त बाहेरगावी गेलेले असतांना तुमच्या किंवा त्याच्या आईच्या मदतीशिवाय सगळं घर सांभाळू शकणे किंवा स्वतः चे ऑफिस आणि गोल्फ च्या वेळा सांभाळून पालक सभेच्या मीटिंग्स ला हजेरी लावू शकणे किंवा मुलांना सांभाळण्यात बरोबरीची

जबाबदारी उचलू शकणे.

सिद च्या बोर्डाच्या परिक्षेच्या वेळी सिद ला शेवटच्या उजळणीसाठी मदत म्हणून मी आणि माझ्या नवऱ्याने १५-१५ दिवस सुट्टी घ्यायची ठरवलं. पहिली १५ दिवसांची सुट्टी माझी. सिद इतिहास, भूगोल मधून मार्ग काढत असतांना मी त्याच्याबरोबर सकाळी १० ते रात्री १० बसून राहिले.

मग नवऱ्याची पाळी. त्याच्या एकूण पद्धतीचा मला पूर्वी अनुभव असल्याने, मी एक दिवस त्याच्याबरोबर घालवून त्याला सुरुवात करून द्यायची असं ठरवलं, जेणेकरून सगळं अपेक्षेनुसार होईल.

मी त्याला त्याच्या भावाशी फोनवर बोलतांना सुट्टी, बीअर, गोल्फ असे मला फारसे न आवडणारे शब्द वरवर ऐकले होते म्हणून मला जरा काळजी वाटत होती.

सकाळी नवरा लवकर उठला. सिद ला नाष्ट्याला देऊन त्याला तयार करून, पुस्तकं देऊन टेबलवर स्थानापन्न करवलं. त्याच्या नंतरची त्याची तयारी म्हणजे बीअर च्या बाटल्या फ्रीज मधे ठेवणे, आरामखुर्ची टी व्ही समोर ओढून पुढल्या मॅचचे वेळापत्रक बघणे वगैरे.

''आज काय करणार आहेस तू?'' मी त्याला प्रेमाने विचारले.

''का? सिद चा अभ्यास पण घेतोय,'' अर्थातच! त्याने माझ्याकडे डोळे विस्फारत विचारले. ''तू काळजी नको करूस. ऑफिसला जा. तुझी १५ दिवसांची सुट्टी संपली आहे, आता जा, उशीर होईल तुला!,'' त्याने माझ्या पाठीवर थोपटत जवळजवळ ढकललेच मला दाराबाहेर!

''इथे बेडरूम मधे बसून तू मॅच बघत असतांना त्याच्यावर लक्ष कसं ठेवणारेस?'' मी त्याला विचारलं.

''ओह, खूप सोप्पंय, सिद, तू अभ्यास करतो आहेस ना??'' असं जोरात ओरडून दाखवत तो म्हणाला.

''हो, पप्पा! सिद त्याच्या रूममधून, फुटपट्टी आणि खोडरबर शी पुस्तक-क्रिकेट'' खेळत म्हणाला.

''बघ, असं मी मधून-मधून तो अभ्यास करतोय की नाही ते तपासत राहीन. तू काळजी नको करूस डियर. सगळं व्यवस्थित होईल.'' तो मला आश्वासकपणे म्हणाला.

ह्या बाबतीत मला वाटलं मला मऊ असून चालणार नाही. मग मी त्याला मी सिद बरोबर, तो अभ्यासावर लक्ष केंद्रित करेपर्यंत कशी तासन तास (फक्त त्याला जेवण आणून द्यायचा वेळ सोडल्यास) बसून रहायची ते सांगितलं. शेजारच्या रूम मधे कानठळ्या बसवणाऱ्या आवाजात टी व्ही बघत बसणे हे अभ्यास करण्यासाठी घातक कसे आहे हे मी त्याला सांगितले. (महत्वाचे कारण, सिद च्या अंगात वडिलांचेच रक्त आहे.)

ही मात्रा लागू पडली आणि नंतरचे १४ दिवस नवऱ्यानं दिलेलं काम व्यवस्थित पार पाडलं.

प्रशिक्षणाची पद्धत ही हळुवार असावी असेच माझे मत आहे पण कधीतरी कठीण होऊन पण काम करून घ्यावे लागते. त्याचेही चांगले परिणाम होतात.

व्यावसायिक मंत्र

* मदत करणारा साथीदार हा नोकरी आणि घर याचा समतोल साधणाऱ्या बायकांसाठी गरजेचा असतो.

* दुर्दैवाने तयार मदत करणारे नवरे हे भरपूर नाहीत, त्यामुळे आपल्या गरजेप्रमाणे त्यांना प्रशिक्षण द्यावे लागते.

* नवरे प्रशिक्षण ही नाजूक कला आहे, त्यात परिपूर्णता यायला एखादं तप एकत्र राहायला लागतं, असं समजू नका, लग्नानंतरच्या काही वर्षातच ही कला तुम्हाला अवगत होईल.

* पाणी दगडावर पडतंय हा मार्ग चांगला आहे. हळुवार सुचवणे हे ओरडण्यापेक्षा जास्त चांगले काम करते. ओरडणे याचा वापर फक्त अधून-मधून शॉक थेरपी म्हणून करायचा.

१७

बॉस असणं सापेक्ष आहे

तुम्ही कायमच वर असणं गरजेचं नाही

लाडका नवरा हेतुपुरस्सर घरात शिरतो ''अपू, कुठयेस तू?'' मोठ्ठ्या आवाजात म्हणतो. मी त्याला दार उघडलंय हे तो सोयीस्करपणे विसरून जातो. ''व्हेट ला स्कॅम्पर ला तपासायला बोलावले आहेस का?'' स्कॅम्पर, एक डोळा असलेला कॉकर स्पनिअल, हा गेल्या अकरा वर्षापासून आमच्या घरातला एक मौल्यवान सदस्य आहे. ''आणि त्याची औषधं? सखाराम ला सांगितलीस आणायला?'' सखाराम, आमचा ड्रायवर, नशिबाने दोन डोळे असलेला! तोही तितकाच मौल्यवान आहे. आणि तू फळवाल्याशी बोललीस? नवऱ्या लाडक्या चा जवळचा मित्र जो गेली आठ वर्षं आम्हाला भयंकर महाग फळं विकत आलाय, या दरम्यान त्याने स्वतः साठी आणि आपल्या पाच भावंडांसाठी पक्की घरं बांधली. ''त्याचा फोन आलेला की कधी येउन फळं देऊन जाऊ?, मी तुला सांगितलं नव्हतं त्याला आज यायला सांगायला?''

हे असं पूर्वी कधीतरी घडलंय या भावनेने माझं डोकं गरगरायला लागलं. मला वाटतं काल रात्री मी नवऱ्याला ह्याच सूचना दिलेल्या, तो त्याच मला परत का देतोय?

दुसऱ्या क्षणी सिद आत येतो. ''मम्मी, मला वाटलं तू बोलावणार होतीस सिद ला? मी तुला सांगितलं होतं काल.'' माझ्यावर आरोप केल्यासारखं आणि स्वाभाविकपणे माझ्यामुळे त्याची तब्येत बिघडली असं बघत मला तो म्हणाला.

आमच्या घरातली अडचण ही आहे की सगळ्यांना वाटतं की आपण सी.ई.ओ. आहोत. त्यामुळे स्वतः काहीही न करता प्रत्येकजण दुसऱ्याला आज्ञा करत असतो.

पुरोहित कुटुंब त्यामुळे स्टॅजेजी च्या बाबतीत एक नंबर असलं तरी ती प्रत्यक्षात उतरविण्याच्या बाबतीत एकदम शेवट नंबर आहे. सगळ्या व्यवस्थापकांसारखं, आम्ही एकमेकांना सूचना देत राहतो की दुसरा ती गोष्ट नीट करेल पण त्यावेळी हे उमगत नाही की ते स्वतः ला ही लागू असतं.

पण तुम्ही आम्हाला फारसा दोष देऊ शकत नाही. काही लोकं (सिद) व्यवस्थापक म्हणूनच जन्माला आलेली असतात. काही जण (संजय) व्यवस्थापक बनण्याच्या प्रयत्नात असतात तर माझ्या सारख्या काहींवर व्यवस्थापक होणे थोपवले जाते. सिद ला आपण जन्मजातच फॉलो करायला नाही तर लीड करायला जन्मलो आहोत असे वाटते, संजय ला प्रशिक्षणार्थी असतांनाच माहित होते की तो कंपनी चालवणार आहे आणि मला खूप लहान वयात नकळत डिपार्टमेंट चालवायला भाग पडले.

सगळ्यांना अगदी व्यवस्थित सूचना देण्या बरोबरच आम्हाला कोणाकडून सूचना घेण्याचे मात्र वावगे आहे.

(बरेचदा आम्हाला सगळंच माहित आहे या गैरसमजामुळे) (आहा, यावरून तुम्हाला तुमच्या कंपनीतील कोणा वरिष्ठाची आठवण आली असेल कदाचित?!)

ही गोष्ट अधोरेखित झाली जेव्हा आम्ही सगळे एका स्वत: आखलेल्या सुटीसाठी इटलीमध्ये टस्कनीला गेलो. अशा सुट्ट्यांसाठी नेहमी मी वाटाड्या असते. कुठल्या जागा बघायच्या, ट्रिपवर काय काय करायचं, नकाशे वाचायचे, हायवे घ्यायचा की निसर्ग सौंदर्याने नटलेला रोड हे सगळं माझ्याकडे असतं. यावेळी मात्र कुटुंबाला वाटलं की आपण आता डिजिटल वर्ल्डकडे कूच करायला हवी; म्हणून मग आम्ही जी.पी.एस. घेतले.

मग, टीम नावाचा जी.पी.एस. इनस्टॉल झाला आणि आम्ही प्रवासाला निघालो. टीमच्या शांत, उच्च मध्यमवर्गीय उच्चार असलेल्या आवाजात आमचा पहिला प्रवास नीट पार पडला. टस्कनी मधल्या एका छोट्याश्या गावात आम्ही पोचलो जिथे आम्ही पुढचे दहा दिवस मुक्काम ठोकणार होतो. पण आम्हाला हे माहित नव्हतं की संजय ला टीम–जी.पी.एस. अजिबातच आवडत नव्हता. त्याचं कारण एक असू शकेल की त्याच्या आवाजात शाळेतल्या प्रिन्सिपॉल सारखी जरब होती किंवा असही असेल की त्याला पहिल्यापासून कोणाकडून ऑर्डर घेणे आवडायचे नाही किंवा हे फक्त पुरुषांना रस्ते विचारायला न आवडणे या प्रकारातील असावे. दुसऱ्या दिवशी आम्हाला लक्षात

आले की टीम -जी.पी.एस. जे काय म्हणत त्याच्या बरोब्बर उलटं संजय करत कारण संजय च्या मते टीम मूर्ख होता. आणि संजय ने टीम ला फॉलो करावे म्हणून दर वेळी मला आणि सिद ला संजय ला मनवत बसवावे लागे आणि हे नेमकं कुठल्यातरी चौकात किंवा वळणावर होत असल्याने आम्हाला तिथल्या तिथे ठरवायला लागे, याचा आम्हाला प्रचंड ताण येई. पण कसेतरी आम्ही आम्हाला जिथे जायचंय तिथे जाऊन पोचायचो. आणि नंतर मग एकदा टीम ने आम्हाला धोका दिला आणि मधेच कुठेतरी आणून टाकले. टस्कनी च्या किनाऱ्याच्या आसपास आम्ही एक हॉटेल शोधत असतांना टीम ने आम्हाला एका निसरड्या, चढ-उतार असलेल्या रोड वर दोन-तीन वेळा नेले, दोनदा जिथून आम्ही आलो तिथे परत नेले आणि शेवटी एक चिटपाखरू ही नसलेल्या जंगला मधे सोडून दिले, जिथे टीम नि घोषित केले कि आपण आपल्या इच्छित स्थळी येउन पोहोचलो आहोत. यामुळे टीम मूर्ख असण्याचा लाडक्या नवऱ्याचा विश्वास अजूनच वाढला आणि पत्ता फीड करतांना चुकला किंवा असं काही हॉटेल टिम जी.पी.एस. ला सापडवणं त्याच्या आवाक्याबाहेरचं आहे असं कुठलंही स्पष्टीकरण त्याचं मतपरिवर्तन करणं शक्य नव्हतं.

शेवटी आम्हाला हॉटेल सापडलंच नाही. जवळच्याच कुठल्यातरी हॉटेल मधे खाल्लं आणि घरी परत आलो. नवऱ्या लाडक्या ने ठरवले होते की संजय विरुध्द टीम च्या युद्धात हे युद्ध संजय ने जिंकले होते. मग दुसऱ्याच वळणावर जिद्दीने संजय ने टीम च्या म्हणण्याच्या बरोब्बर विरुध्द दिशेला गाडी वळवली.

प्रत्येक चुकलेल्या मैलाबरोबर टीम जा आवाज चढत गेला आणि तो पॅनिक झाला. टीम ने आम्हाला मागे वळायला सांगितले की संजय अजुनच जोरात एक्सेलेटर दाबायचा. पन्नास एक मैलावर गेल्यावर आम्हाला कळले की टीम बिच्चारा झाला होता आणि आम्ही सगळे हरवलो होतो.

इटली च्या हायवे वरचे सींग पोस्टस् सुदैवाने स्पष्ट होते आणि शेवटी आम्ही जवळ जवळ १०० मैल आणि खुपसे तास जास्तीचे घालवून घरी पोहोचलो. तुम्हाला कळलंच असेल आम्ही किती जिद्दी कुटुंब आहोत!

ते सोडल्यास आमचं एकमेकांशी बऱ्यापैकी जमतं. छोटी-मोठी भांडणं सोडली तर आमचं आतापर्यंतच आयुष्य शांततेत गेलं आहे आणि त्याचं श्रेय माझ्या आणि माझ्या नवऱ्याच्या जुळवून घेण्याच्या वृत्तीला आणि घर आणि ऑफिस या दोहोतला फरक सांभाळण्याला जातं. ऑफिस मधे आम्ही 'कमांड आणि कंट्रोल' हे सूत्र वापरतो आणि स्वतंत्रपणे निर्णय घेतो पण घरी आम्ही जास्त लवचिक असतो. कधीतरी तर पॅसिव्ह

रोल स्वीकारतो. (जसे मी स्वयंपाकघरात). म्हणजे सुट्टीचे आणि गुंतवणुकीचे दोन्ही निर्णय दोघांनीही घेण्यासारखे ! एका माणसाने पुढाकार घेतला तर दुसरा फॉलो करणं स्वीकारतो. (मधूनच थोडा उपदेश करावा लागतो, हे दाखण्यासाठी की मी सगळा ताबा तुझ्या हाती नाही दिलाय!) हेच सुखी लग्नाचे सार आहे असे मला वाटते. नोकरी मधे जसजसे आपण वरिष्ठ होत जातो तसतसे आपण सगळा ताबा आपल्या हाती घ्यायच्या प्रयत्नात असतो पण लग्न ही समानतेची भागीदारी आहे. इथे कोणी एकाने ताबा घेऊन चालत नाही. या रोल मधे जुळवून घेण्याची क्षमता लागते. देण्या–घेण्याची वृत्ती लागते. ही भागीदारी आपण दोघांच्या संमतीने सांभाळायला पाहिजे, ताब्यात घेऊन नाही.

व्यावसायिक मंत्र

* काही परिस्थिती तुम्हाला ताबा घ्यायला लावतात तर काही ताबा सोडायला. जुळवून घेण्यासाठी तयार राहा आणि गरजेनुसार बदला.

* तुम्हाला कायम घरी बॉस असण्याची गरज नाही. एकदा कधीतरी जबाबदारी झटकून अबला असल्याचा खेळ खेळा.

१८

गोळाबेरीज महत्वाची आहे

कुटुंबाला एक गट माना

''मी आणि विजय घटस्फोट घेतोय.'' हॉटेल मधल्या खुर्चीवर, जिथे आम्ही दुपारी जेवायला गेलो होतो तिथे बसत, स्मिता ने घोषित केले.

''काय? कधी? कसं? का?'' मी आणि टेबल पुसणारा वेटर जो आमचा संवाद ऐकत होता, दोघेही ही बातमी ऐकून थक्क झालो.

माझी आणि स्मिता ची गेल्या वीस वर्षांची मैत्री आहे. दोघीनीही एकाच कॉलेज मधून पदवी घेतली अजूनही संपर्कात आहोत. मी आणि माझा नवरा, विजय आणि तिला आमच्या लग्नापासून ओळखतो आणि आम्ही त्यांना कायमच आनंदी आणि जमवून घेणारे जोडपे म्हणून बघितले आहे. त्यांना मुलं नव्हती पण दोघांची ही आयुष्यं व्यस्त आणि समाधानी होती.

''चिल! माझ्या कडे असं टक लावून पाहू नकोस.'' स्मिता रागात मला म्हणाली.

''मेनुकार्ड, आणणार प्लीज? मला माहितीए तू पुढची गोष्ट ऐकायला आतुर आहेस, पण आम्हाला भूक लागलीए.'' ती कुत्सित पणे वेटरकडे बघत म्हणाली. नंतर माझ्याकडे बघून म्हणाली, तसं काळजी करण्यासारखं काहीच नाहीए. जे काय झालं ते सौजन्याने झालंय. तुला माहितीच आहे, आमचं काही फार पटत नव्हतं. नाही मला माहित नव्हतं. गेल्या काही वर्षात आम्ही दुरावत गेलो, मग आम्ही ठरवलं की एकमेकांबरोबर दु:खी असण्यापेक्षा स्वतंत्र राहून मजा करायची. उद्या आम्ही कागदपत्रांवर सह्या करणार. ह्याला संमतीने घेतलेला घटस्फोट असे म्हणतात.

''इतक्या घाईने? स्मिता, याचा नीट विचार केला आहेस? तू एखाद्या सल्लागाराशी बोललीस का? हे फार टोकाचं नाहीये का? अजुन थोडे दिवस वाट का नाही बघत? काहीतरी मार्ग निघेल. मी काही मदत करू का? मला का नाही सांगितलस?'' निराशेने, मी उद्गारले.

''अग, तू पॅनिक होऊ नकोस. आम्ही जो काय निर्णय घेतलाय त्याबद्दल आम्हाला पूर्ण स्पष्टता आहे, आता आम्ही काय मनस्वी शोडषवर्षीय नाही. खरंतर आम्ही घटस्फोटाच्या निमित्ताने एक पार्टी ठेवलीये पुढच्या शनिवारी –अर्थातच तुला निमंत्रण आहे. ''पार्टी ची थीम आहे स्वातंत्र्य'' तिने मोठ्या आवेशात सांगितले.

''आम्ही जेव्हा आमच्या घटस्फोटाच्या वाटा घाटी करत होतो तेव्हा तू आमच्या वकिलाच्या चेहऱ्यावरचे भाव बघायला हवे होतेस हे इतक्या समंजसपणे होऊ शकतं यावर त्याचा विश्वासच बसेना. आम्ही सगळ्या प्रॉपर्टी संदर्भातल्या आणि इतर बाबी एका तासात सोडवल्या.'' स्मिता सांगत राहिली.

''पण हे असं कसं काय करायला जमतं तुम्हाला? तुम्ही एकत्रितपणे घेतलेलं खूप सामान असेल ना? एकीकडे घटस्फोटाचं दुःख असतांना परत वाटणी कशी काय करायची हे ठरवणं'' माझा आवाज कापरा होत गेला आणि माझं मन, स्मिता आणि विजयनी इतक्या वर्षांपर्यंत घेतलेल्या आर्ट आणि जड–जवाहीर, संपत्ती वर स्थिरावलं. स्मिताचा हृदयभंग वगैरे काही झाला नाहीये असं मी माझ्या मनाला समजावलं आणि मग त्यांच्या विभक्तीच्या इतर व्यावहारिक गोष्टींकडे लक्ष केंद्रित केलं.

माझं कुतूहल आता वाढलं होतं आणि वीस वर्षं एकत्र राहिल्यानंतर विभक्त होण्यातले बारकावे मला समजून घ्यायचे होते. (शेवटी ह्या सगळ्या गोष्टी कशा घडतात याची माहिती पाहिजेच, अशी माहिती तुम्हाला कधीही हाताशी येऊ शकते. जेव्हा लाडका नवरा त्रास देतो तेव्हा मी खुपदा पळून जाण्याच्या रम्य कल्पना करते. आता मला काय काय सामान घेऊन पळून जाता येईल याची कल्पना करण्यात तर खूप मजा येईल.)

''खूप सोप्पं आहे ग.'' पास्ता चिवडत स्मिता म्हणाली. आणि जरा जास्तच कुतूहल असलेला वेटर शक्य तितक्या सावकाशपणे टेबल लावत होता जेणेकरून त्याला नाट्यपूर्ण संभाषण अगदी पहिल्या रांगेतून ऐकल्याचं समाधान मिळेल.

''ज्यांनी ज्या गोष्टी विकत घेतल्या होत्या त्या प्रमाणे आम्ही त्याची वाटणी केली.

त्यामुळे गुरगावचं घर माझं, नोइडा ची जमीन त्याची. फ्रीज माझा आणि दोन टी व्ही सेट्स त्याचे. तुला ते कृष्णाचं पेंटिंग आठवतंय? तुलाही खूप आवडलं होतं. ते माझं खूप आवडतं होतं, पण ते त्याने त्याच्या पैशाने आणलेलं. मला आठवतंय मी माझं चेकबुक नव्हतं नेलं त्यादिवशी, म्हणून मग ते आता त्याच्याकडे गेलं.'' मोइतो चा एक घोट घेत तिने सुस्कारा सोडला.

''हॅलो,'' मी चांगलीच गोंधळले होते. तुझे पैसे आणि त्याचे पैसे ही काय भानगड आहे? जसे सगळेच नवरा –बायको करतात त्याप्रमाणे लाडक्या नवऱ्या बरोबर माझेही संयुक्त खाते होते त्यामुळे मला तुझं माझं ची संकल्पना फारशी कळली नाही. माझं घर आणि त्यातल्या सगळ्या गोष्टी माझ्या आणि माझ्या नवऱ्याच्या नावावर आहेत आणि मला हेही आठवत नाही की फ्रीज कोणाच्या खात्यातून घेतला होता कारण शेवटी आमचं संयुक्त खातंच होतं.

''हे बघ, हे बघ, पहिल्यापासूनच आम्ही खाती वेगवेगळी ठेवण्याबाबत आणि ज्या गोष्टी ज्याच्या आहेत त्याच्या नावावर ठेवण्या बाबत खूप स्पष्ट होतो. आणि मला आश्चर्य वाटतंय तुम्ही तसं केलं नाहीत म्हणून! कसले मध्यमवर्गीय आहात तुम्ही'' स्मिता म्हणाली. ''आणि विशेष म्हणजे तू . गलेलठ्ठ पगार मिळवणारी आणि स्त्री मुक्तीची भाषणं देणारी! हा हा'' मोइतो चा दुप्पट घोट तिच्या हास्यात मिसळून गेला.

मला अस्वस्थ करणारे प्रश्न पडले. खरंचंच मला वाटते तितकी मी स्वतंत्र नव्हते? फक्त संयुक्त खाती आहेत म्हणून माझा नवरा माझं आयुष्य हाकतो आहे का?

सुदैवाने, बुद्धी ताळ्यावर आली आणि मला माझा नेहमीचा व्यावहारिक दृष्टीकोन मिळाला. लग्न झाल्याच्या दिवसापासून सगळं वेगवेगळं ठेवून आणि अगदी तुझे आणि माझे अशी नावं असलेले स्थावर मालमत्ता रजिस्टर सांभाळून विजय आणि स्मिता जणू घटस्फोटाचीच तयारी करत होते. नात्यामध्ये स्वतः ला फक्त एक स्वतंत्र व्यक्तिमत्व समजून आपण एक कुटुंबाचा हिस्साही आहोत ही बाब दुर्लक्षित करणं इथे बहुतेक लग्नांमधल्या भांडणांचं अर्ध मूळ आहे. स्वतः च स्वत्व जपणं हे आवश्यक आहेच पण दोघांनी मिळून कुटुंब यशस्वी व्हावं म्हणून एकत्र काम करणं ही अति आवश्यक आहे आणि सगळ्या टीममधे असते तसेच, कधीतरी स्वतःच्या गरजा बाजूला ठेवून टीमचे हीत बघितले पाहिजे!

मग ही व्यक्तिगत गरज आहे की त्यापेक्षा काहीतरी मोठी गोष्ट? हा प्रश्न भेडसावतो आणि मग लग्नबंधनात संघर्ष उद्भवतो. विशेषतः ही गोष्ट मी अशा जोडप्यांमधे घडतांना

बघितलीए जिथे दोघेही नोकरी करतात आणि त्यांच्या पैकी एकाला आपल्या करिअर साठी शहराबाहेर किंवा देशाबाहेर जायची वेळ येते. अशावेळी मग आपले करिअर चांगले चालले असतानाही दुसऱ्या भागीदाराने काय करायचे? नोकरी सोडून द्यायची? वेगळं राहायचं?

बऱ्याचश्या कुटुंबांनी वेगवेगळे उपाय करून बघितले आणि खरोखर, हा फार कठीण निर्णय आहे. अशा क्षणी, पूर्ण कुटुंबाच्या हितासाठी कोणता निर्णय योग्य आहे हे बघितले पाहिजे. कधीतरी एकाने तडजोड केली पाहिजे तर कधी दुसऱ्याला आकर्षक ऑफर नाकारता आली पाहिजे. फक्त स्त्रीच त्याग करत राहील, तडजोड करत राहील असं नसून वेळ प्रसंगी नवऱ्याला सुद्धा पडतं घेता आलं पाहिजे, हे जोपर्यंत दोघांना हे ठावूक आहे तोपर्यंत सगळं आलबेल आहे!

आणि एक चांगली गोष्ट आहे की खूप वेळा आपल्याला असं वाटतं की आपल्या भागीदाराची मुख्य रस्त्यावरून घोडदौड चालू असतांना आपण बाजूला फेकलो गेलो की काय? पण हेच बाजूला फेकले जाणे अचानक आपल्यापुढे खूप इंटरेस्टिंग शक्यता उभ्या करू शकते. आयुष्य त्या अर्थी खूप फसवं असतं.

सुजाताच्या नवऱ्याची बदली नेदरलंडला दोन वर्षांच्या प्रोजेक्ट साठी झाली असतांना, सुजाताने ही थोडा काळ ब्रेक घेतला आणि ही दोन वर्ष तिने तिथे इंटरनॅशनल टॅक्स प्रोग्रॅममधे सर्टीफिकेशन मिळवले. पुढे जेव्हा ते भारतात परत आले तेव्हा त्याच डिग्री मुळे तिला एका जागतिक संघटने मधे उत्तम पोस्ट मिळाली.

माझा नवरा जेव्हा चेन्नई ला स्थलांतरित झाला तेव्हा माझी जाहिरात कंपनीतली नोकरी सोडणं माझ्या जीवावर आलं होतं, पण नव्या नोकरीच्या ठिकाणी माझ्या अनेक नव –नव्या बिझिनेस बद्दलच्या कल्पना कंपनीच्या अध्यक्षांपर्यंत पोहोचल्या आणि पुढे ५ वर्षां नंतर मला जो करिअर मधे मोठा ब्रेक मिळाला त्याला हाच इसम कारणीभूत ठरला.

म्हणजेच थोडक्यात, आपलं आयुष्य कोण–कोणती वळणं घेऊन पुढे जाणार आहे आणि आपल्या पुढ्यात काय वाढून ठेवलंय याची यत्किंचितही कल्पना आपल्याला नसते.

म्हणूनच, आयुष्यात जेव्हा जेव्हा कठीण निर्णय घ्यायची वेळ येते तेव्हा तो निर्णय घ्या जो संपूर्ण कुटुंबाच्या हिताचा असतो. मला खात्री आहे तुमच्यावर कधीही पश्चातापाची वेळ येणार नाही.

व्यावसायिक मंत्र

✳ कुटुंबाकडे एका टीम सारखं पहा – छोट्या –छोट्या घटकांपेक्षा संपूर्ण पणे पहा. कुठलाही खेळ प्रशिक्षक तुम्हाला हेच सांगेल की खेळाडू ने फक्त आपलेच स्वार्थ बघितल्यास कुठलीही टीम यशस्वी होऊ शकत नाही.

✳ आयुष्यात कठीण निर्णय प्रसंगी किंवा जिथे तडजोड करायला लागेल तिथे, अशाच निर्णयाबरोबर जा, ज्यात संपूर्ण कुटुंबाचे हीत जपले जाईल.

✳ तुम्ही कधी जर कुटुंबाच्या हिताला प्राधान्य देऊन, स्वतःचे हित बाजूला ठेवले असेल तर, विश्वास ठेवा, तुम्हाला त्याचे चांगले फळ एके दिवशी नक्की मिळेल. तुम्ही तुमच्या कर्मावर विश्वास ठेवा.

✳ या काळात ही आपले काम मनोभावे करा. कोणीतरी आपल्याकडे पहातंय (याबद्दल अधिक आता धडा २९)

१९

नेटवर्किंग मधे प्राविण्य

ग्रुप थेरपी

माझ्या नोकरीकरता मला बरेचदा बंगलोर मुंबई प्रवास करावा लागतो. तुम्हाला माहित असेल, बंगलोर एयरपोर्ट गावापासून खूप दूर आहे (खूप लोकांची समजूत आहे की बंगलोर चा एयरपोर्ट चुकून हैदराबाद मधे तर हैदराबादचा चुकून बंगलोर ला बांधला गेलाए.) होतं काय की हा एयरपोर्ट पर्यंतचा लांबचा प्रवास आम्हा नेहमीच्या प्रवाशांना सकाळच्या वेळेस चिंतन आणि स्व परीक्षण करण्यास खूप वेळ देतो.

अशाच एका प्रवासात, मी स्वामी बरोबर गप्पा मारत असतांना मला असे लक्षात आले की, दुसऱ्या ड्रायव्हरा पेक्षा त्याला मी दुप्पट पैसे देत आलीए. आमची कंपनी ज्या वाहन कंपनीची सेवा घेते त्यांच्याकडे अनेक ड्रायव्हर आहेत जे वेळोवेळी मला पोहोचवायला येतात आणि ते सर्वजण अतिशय सज्जन आहेत, असंही नाहीये की स्वामी त्यांच्यापेक्षा सरस किंवा चूटपुटीत ड्रायव्हर वा त्याची कार जरा जास्त चांगली आहे. सगळे ड्रायव्हर ज्यांची सेवा मी घेतलीये ते सारखेच चांगले आहेत.

याचं विश्लेषण जेव्हा मी केलं त्यावेळी माझ्या असं लक्षात आलं की स्वामी ने माझ्याशी एक नातं प्रस्थापित केलं होतं आणि हाच त्याच्या आणि इतरांच्यातला फरक होता. बाकीचे ड्रायव्हर्स कामाशी काम ठेवत, मला घेऊन येणे आणि नेऊन पोहोचवणे ! पण स्वामीला मात्र माझ्याबद्दल बरेच जाणून घ्यायचे असते. मी काय करते, कुठे –कुठे आणि का इतका प्रवास करते! याचं एक कारण म्हणजे तो बडबड्या माणूस आहे आणि दुसरं म्हणजे एक माणूस म्हणून त्याला माझ्याबद्दल खूप कुतूहल आहे.

मग आमची सकाळची संभाषणं ही बंगलोरच्या जुन्या आठवणी काढण्यापासून (तेव्हा मॅडम, हवा इतकी स्वच्छ होती की फक्त शुध्द ऑक्सिजन चा श्वास घ्यायचो. वर्षभरात कधी पंख्याची गरजही पडली नाही.) ते थेट राजकारण आणि राजकारणी, ज्याबद्दल त्याची खूप ठाम मतं आहेत (मॅडम, मी तुम्हाला सांगतो ती सी.एम, ती फार दुष्ट बाई आहे. जशी ती सत्तेवर येते ती कर्नाटका कडे पाणी मागायला सुरवात करते. याचं कारण म्हणजे ती ब्राम्हण आहे. या लोकांना पाण्याची फार हाव असते. शतकानुशतके ही लोकं पाणी साठवातायेत आणि गरिबांना त्रास देतायेत) इथपर्यंत जातात.

त्याच्या क्लाइंट्स चे काही करमणूकदार पण अविश्वसनीय असे किस्से सांगत स्वामी मला हसवत ठेवतो. त्यातलाच, एका मध्य आशियातील बाईचा एक भन्नाट किस्सा त्याने मला सांगितला.

''अन्न घशात अडकल्यामुळे तिला जवळ जवळ रोजच हॉस्पिटल च्या अतिदक्षता विभागात न्यायला लागायचे कारण स्वामीच्या म्हणण्यानुसार तिची अन्ननलिका आणि श्वासनलिका गुंडाळले गेले होते! आणि हेच करण्यासाठी त्याने आत्तापर्यंत जवळ जवळ १५० वेळा तिला हॉस्पिटल मधे नेले होते! धर्मविषयकही अशाच अशक्य वाटणाऱ्या कथा त्याला सांगायला आवडतात. ख्रिश्चन असूनही त्याचा इतर देवांवर ही अगाध विश्वास आहे हे सांगायलाच नको. दक्षिणेतल्या समस्त चर्च आणि देवळांना भेटी आणि सगळ्या देवांच्या फोटोंनी त्याच्या गाडीचा डॅशबोर्ड सजला आहे. माझ्या बायकोला थरकाप होण्याचा आजार जडला आणि एक महिनाभर ती नुसती हात पाय वाकडे झालेल्या स्थितीत बेड वर पडून राहिली, मग मी तिला वेळणकन्नी ला घेऊन गेलो. गाडीमधून उचलून तिला आत चर्च मध्ये नेलं आणि काय सांगू मॅडम, जादूच झाली; ती तिथल्या तिथे चालायला लागली. असा त्याचा विश्वास आहे.

त्याला माझी सुद्धा खूप काळजी असते. तुम्ही इतका प्रवास करता मॅडम, जेवता तरी का वेळेवर? म्हशीच्या दुधा ऐवजी गाईचं दूध पीत जा, ते जास्तं चांगलं असतं, पण गाढवाचं सर्वात चांगलं, आम्ही प्यायचो जुन्या काळी!'' असं बरच काय काय .

मुद्द्याकडे परत वळत, मला काय जाणवलं की मी त्याला जे काय पैसे देत होते ते फक्त सेवेकरता नव्हते (ती तर सगळेच उत्तम देत होते) पण स्वामी ने माझ्याबरोबर जे नातं प्रस्थापित केलं होतं त्यासाठी होतं. सत्य हे आहे की आपण नाती मानतो आणि कळत-नकळत शेजारी, सहकारी आणि प्रवासी यांच्याबरोबर ते प्रस्थापित करू इच्छितो.

बायका या बाबतीत जास्त पारंगत असतात. प्राचीन काळी पुरुष शिकारीला गेले आणि बाई गुहेत राहिली, अगदी त्या आदिम काळापासून बायका कंपू करून राहिल्या आणि कामं केली. त्यामुळे संबंध जोडण्याची कला आपल्याला नैसर्गिकपणे अवगत आहे. पण विरोधाभासाने, मी हे ही बघितलंय की बायका व्यावसायिक जाळं विणण्यात मात्र कमी पडतात. मुख्यत्वाने त्यांची लग्न आणि मुलं झाल्यावर. नोकरी आणि घर सांभाळण्याची कसरत करतांना त्या ह्या महत्वाच्या गोष्टीवर पाणी सोडतात. करिअर मधे फार पुढे न जाता आल्याचं तीनपैकी एक महत्वाचं कारण हे आहे हे बऱ्याच बायका मान्य करतात.

जर माणसांचं जाळं विणण्याची कला बायकांमध्ये उपजत असते आणि तसे न केल्याने करिअर मधे होणाऱ्या तोट्यांची त्यांना पूर्ण कल्पना असते तरीही त्या पुढे होऊन त्याबद्दल काही करत का नाहीत?

''काय प्रश्न आहे! वेळ कुठाय?'' प्रिया म्हणाली. ''अक्षयला अभ्यासात मदत करायला म्हणून मी ऑफिस सुटले की घरी वेळेत पोहोचण्यासाठी धावत सुटते. मग जेवण, दुसऱ्या दिवशीचा डबा.''

पण मग वीकेंड्स? हा! वीकेंड्स ना घरातली कामं!

आम्ही दारू पीत नाही आणि सिगारेट्स ही ओढत नाही त्यामुळे मग ऑफिस नंतरची बॉस बरोबरची ही संत्र आम्ही एन्जॉय करू शकत नाही. तिथे मग टीम मधले पुरुषच जातात. शैला म्हणते. पण मला माहिती आहे की कामा पलीकडे जाऊन एक नातं निर्माण करणे आवश्यक असते. जेव्हा माझ्या नव्या जॉब मधे मला माझ्या जुन्या बॉसची मदत लागणार होती पण मी त्याच्याशी कधीच कामाव्यतिरिक्त बोलले नसल्यामुळे मला त्याला फोन करणे अवघड गेले. तेव्हा मला ही जाणीव प्रकर्षाने झाली. शैला म्हणाली.

''मला मान्य आहे. माझ्या नवऱ्याचा जिम मधे स्क्वाश खेळणाऱ्यांचा, शाळेतल्या मित्रांचा, आय. आय. टी चा ग्रुप आहे. तो त्याच्या वकिलीच्या व्यवसायासाठी अधिक कामगिरी च्या शोधात होता, त्यातल्या अर्ध्या अधिक त्याला ह्याच ग्रुप मधून मिळाल्या. अनुजा म्हणाली.''

मानवी संबंधांचं जाळं निर्माण करता न येणं याचं अर्ध कारण हे आपलं व्यावसायिक वातावरण! ते अशा कर्मचाऱ्यांच्या जीवनपद्धती कडे पाहून आखले गेले आहे जिथे घरी बायको नावाचा पाठिंबा आहे. म्हणून पुरुष, कामानंतरचा वेळ नेटवर्किंग मधे कारणी

लावू शकतात कारण घरी बायको असते. पण बाई ला घरी कोणी नसते. (सगळ्या व्यावसायिक बायकांना घरी एक बायको पाहिजे असं कधी कधी मी विनोदाने म्हणते)

अजून एक कारण म्हणजे आतापर्यंत जरी वेळ होता तरी बायकांना बॉस आणि त्याच्या वरचा बॉस आणि बाकीचे ९० टक्के हे पुरुष सहकारीच होते आणि त्यांचं नेटवर्किंग बार आणि गोल्फ च्या आसपासच असायचं, जे बायकांना फारसं रुचत नव्हतं. पण आता बऱ्याच बायका वरिष्ठ पदावर कार्यरत आहेत जिथे त्यांना त्यांचं नेटवर्किंग करण्यासाठी भरपूर वेळ आहे.

तर माझा तुम्हाला उपदेश असा आहे की : ह्या महत्वाच्या गोष्टीकडे दुर्लक्ष करून शर्यतीत मागे पडू नका. व्यावसायिक नेटवर्क तयार करण्यासाठी प्रयत्न करा. तुमच्या क्षेत्रातील बायकांशी संपर्कात राहा आणि शक्य तितक्या औद्योगिक कार्यक्रमांना हजेरी लावा. अगदीच नाही तर व्यावसायिक भिशी सारखं काहीतरी सुरु करा. मी खात्री देते, ह्याचा नक्की उपयोग होईल.

व्यावसायिक मंत्र

* मानवी जाळं विणण्याची असमर्थता हे व्यावसायिक स्पर्धेत मागे पडण्याचं एक मोठं कारण आहे
* माणसं जोडण्याची कला, मग ती सहकार्यांबरोबर, ग्राहका बरोबर किंवा कर्मचार्यांबरोबर, कोणाबरोबरही असो, ती यशाचा मोठा हिस्सा आहे.
* तुम्हाला जर कळकळीने वाटतं की बायकांनी कॉर्पोरेट क्षेत्रात पुढे यावं तर तुम्ही का नाही असं एखादं व्यासपीठ सुरु करत?

२०

तुम्ही स्वतःच्या कथेतील 'बळी' आहात की 'हिरोईन' आहात?

तुमच्या कडे फेकल्या गेलेल्या लिंबाचे सरबत बनवा

यशाचा मार्गाशी जुळतं घेण्यातला शेवटचा धडा म्हणजे तुमच्या आयुष्यातल्या नाटकामध्ये कुठला रोल करायचा ह्याला फक्त तुम्हीच जबाबदार असता. तेव्हा तुम्हाला नायिका व्हायचंय,खलनायिका व्हायचंय की आयुष्यं समोरून निघून जात असतांना त्याकडे पाहणारा एक रुची नसलेली व्यक्ती! ही निवड आपली आहे. आपल्या नवऱ्याची, सासूची किंवा बॉस ची नाही.

विजी हे एक असं उदाहरण आहे जिने स्वतः च्या आयुष्याचा ताबा घेतला आणि सगळ्यांना दाखवून दिलं की जर आपल्यात इच्छाशक्ती असेल तर आयुष्याच्या शिंगांना धरून आपण वाघाला दौडू शकतो, थोडक्यात, आपल्याला हवं ते आपण मिळवू शकतो. १८ व्या वर्षी विजीचे लग्न झाले. २२ ची होईपर्यंत ती दोन मुलींची आई पण झाली. दरम्यान चार वर्षांच्या काळात तिला हे लक्षात आलं की तिचा नवरा बेजबाबदार आहे. त्याची स्वप्नं मोठी होती पण त्यासाठी लागणारे कर्तृत्व त्याच्याकडे नव्हते. एकामागून एक व्यवसाय त्याने करून बघितले. आधी एका कंपनीची एजेन्सी चालवायला घेतली, मग थोडे दिवस बीपीओ मधे जॉब नंतर मध्य आशियात जॉब मिळवण्याचा अयशस्वी प्रयत्न. या सगळ्याचा एकच परिणाम झाला तो म्हणजे विजी ने आणलेला हुंडा आणि थोडी काय जी बचत होती ती हळू हळू संपत गेली. नवऱ्याच्या दृष्टीने अडचण चेन्नई ही होती, जिथे ते राहत होते, सगळं सामान–सुमान घेऊन शेवटी ते बंगलोर ला आले, जिथे त्याच्या म्हणण्याप्रमाणे त्यांच्या नशीब उघडायच्या शक्यता जास्त होत्या.

नंतर मला कळलं की त्याचं बंगलोर ला जाण्याचं कारण वेगळंच होतं. एकतर कुटुंबाची काळजी घेत नाही असे आरोप नातेवाईक करू लागले आणि याच नातेवाईकांकडून त्याने काही पैसे ही उधार घेतले होते. विजीने एका महिला उद्योजिकांच्या परिषदेला गेलो असतांना आम्हाला हे सांगितलं.

''मला दोन तोंडं होती भरवायला, मग घरखर्च आणि घरभाडं देण्यासाठी मी शेजारीच भरतनाट्याचा वर्ग सुरु केला. मधल्या काळात तो त्याच्या दोन मित्रांबरोबर एका उर्जा निर्मितीच्या कंपनीत वितरकाच्या जागेसाठी अर्ज भरायला गेला. मला माहित नाही कशी, पण त्यांना बंगलोरच्या एका भागाची वितरण व्यवस्था मिळाली. त्याची सुरुवात तर धुमधडाक्यात झाली पण नेहमीप्रमाणेच एका वर्षाआतच त्याची ह्यातली आवड संपली आणि तो जॉब सोडायला निघाला.

तोपर्यंत माझ्या लक्षात आले की मी जे पैसे शिकवण्या करून मिळवत होते ते संसारासाठी अगदीच अपुरे होते आणि मला दुसरे काहीतरी करणे क्रमप्राप्त होते म्हणून मी त्याला सांगितले की मी वितरण व्यवस्था बघते. सगळे मला हसले. तुला साधं इंग्लिश पण बोलता येत नाही आणि जनरेटर कसा दिसतो ते तरी माहित आहे का? सगळे कुत्सितपणे म्हणाले.

पण मी ठाम होते. मी कंपनीच्या रिजनल हेड कडे गेले आणि त्याला वितरणव्यवस्था न काढून घेता मला चालवायला देण्याची विनंती केली. तो ही मला हसला. ''धंदा चालवणं स्वयंपाक घर चालवण्या इतकं सोपं नाहीये माय डियर, डेबिट आणि क्रेडीट काय असतं माहिती आहे'' त्याने मला विचारलं. मी सरळ त्याच्याशी एक करार केला. पुढील तीन महिन्याच्या आत जर मला काही कंत्राट नाही मिळालं तर तुम्ही वितरणव्यवस्था मागे घ्या. नशिबाने तो त्यावेळी इतर दक्षिणात्य मार्केट्स मध्ये धंदा विस्तारण्यात व्यस्त होता आणि इथला वितरक शोधण्या इतका वेळ त्याच्या कडे नव्हता त्यामुळे तीन महिन्यांसाठी ही वितरण व्यवस्था त्याने मला चालवायला दिली. मग मी थोडी मदत मागायला माझ्या शेजाऱ्याकडे गेले, ज्याचा स्वतः चा व्यवसाय होता. त्याने मला धंद्यातल्या छोट्या-मोठ्या गोष्टी समजावल्या, कॉम्पुटर वर बील कसे तयार करायचे ते शिकवले. मी पहिल्या महिन्यात माझ्या भागातल्या प्रत्येक व्यवसायिकाकडे गेले आणि दोन महिन्याच्या आतच मला एक-दोन कंत्राट मिळाली. मग मात्र मी मागे वळून पहिले नाही. आज मी साउथ इंडिया मधली सगळ्यात मोठी वितरक आहे. ४० लोकं माझ्या हाताखाली आहेत आणि ज्या घरात आम्ही दोन खोल्यांत भाड्याने राहायचो त्याच घरात आज मी तीन मजले विकत घेतले आहेत. माझी एक मुलगी

इंजिनिअर आणि दुसरी भरतनाट्यम डान्सर आहे. देवाची कृपा!

विजीने डोळे पुसत आपली कर्मकहाणी सांगितली.

वेळोवेळी मी एक बघितलंय, यशस्वी बायकांची सुरुवात ही त्यांना मिळालेल्या सवलतीं मधून नसते तर विजी सारखं अनंत अडचणींतून त्या मार्ग काढत यश मिळवतात. आम्ही सगळे विजीच्या हिम्मतीवर आणि इच्छाशक्तीवर फिदा झालो. तिची ही कहाणी अशा बायकांसाठी स्फूर्तीदायक आहे की ज्यांना कोणत्याही शिक्षणाशिवाय, कौटुंबिक आधाराशिवाय घराची आर्थिक जबाबदारी डोक्यावर घ्यायला लागते. हे उदाहरण आपले डोळे टक्क उघडणारे आहे की आपल्याला अशा परिस्थितीचा सामना करायला लागला नाही.

तिला सलाम आणि तिची अशीच भरभराट होवो !

व्यावसायिक मंत्र

* तुमचं नशीब तुमच्या हातात आहे. तुम्हाला कोणता रोल करायचा हे तुम्ही ठरवता.

* यशस्वी आणि अयशस्वी बायकांमधला फरक हा त्या बायकांच्या प्राप्त परिस्थिती वर अवलंबून नसून ती त्या परिस्थितीशी लढा देऊन ती कशी बदलवतात यावर आहे.

* काहीवेळा आपण दोषी म्हणून स्वतः ला स्वीकारून टाकतो. असं करू नका, नाहीतर नकळत ती सवय होऊन जाईल.

दहा धडे जुळवून घेण्याचे

१. मी आयुष्याला सकारात्मकतेने सामोरी जाईन

यशाची पहिली पायरी सकारात्मकता ही आहे. मी युध्द आधी माझ्या मनात जिंकते.

२. मी कायम कष्ट करत राहीन

मला माहिती आहे, कष्टापासून पळणे म्हणजे यशापासून दूर पळणे. यशासाठी आवश्यक असणारी गोष्ट म्हणजे चिकाटीआणि ज्या बायका यशस्वी आहेत त्या खांब रोवून उभ्या आहेत, म्हणूनच यशस्वी आहेत.

३. मी महत्वाच्या गोष्टींवर लक्ष केंद्रित करायला आणि बिन महत्वाच्या गोष्टींकडे दुर्लक्ष करायला शिकेन

महत्वाच्या गोष्टींना प्राधान्य देणं ही यशाची गुरुकिल्ली आहे. आपण सगळ्याच गोष्टींत परिपूर्ण नसलो तरी चालेल पण एकाच गोष्टीत अति उत्तम असणे आणि त्यावर लक्ष केंद्रित करणे महत्वाचे आहे.

४. घर आणि करिअर यामध्ये समतोल साधण्यासाठी मी मदत घेईन

घर आणि नोकरी यांत समतोल साधण्यासाठी आपल्याला आपल्याभोवती मदतीची यंत्रणा उभारायला लागते आणि मदत घेणे याचा अर्थ ताबा सोडून देणे असा नव्हे.

५. एक बाई म्हणून मिळणाऱ्या सवलतींचा मी गैरफायदा घेणार नाही

आपण आपल्याला 'बाई' म्हणून मिळणाऱ्या सवलतींचा गैरफायदा न घेता कंपनीला व्याजासहित त्याची परतफेड केली पाहिजे. पुढच्या येणाऱ्या स्त्री च्या

पिढीसाठी तरी आपण जबाबदारीने वागले पाहिजे.

६. माझ्या मदतीच्या यंत्रणेचा हिस्सा होण्यासाठी मला माझ्या नवऱ्याला प्रशिक्षित केले पाहिजे

व्यक्तिगत आणि व्यावसायिक आयुष्यात यशस्वी होण्यासाठी मदत करणाऱ्या पार्टनरची मुलभूत गरज आहे. दुर्दैवाने तयार मदत करणाचा नवऱ्यांचा पुरवठा कमी आहे, त्यामुळे त्यांना प्रशिक्षण देणे आवश्यक आहे.

७. प्रत्येक प्रसंगात मी च बॉस असणे गरजेचे नाही

काही प्रसंग आपल्याला पुढाकार घ्यायला भाग पाडतात तर काही माघार घ्यायला. प्रसंग बघून आपण योग्य ते केले पाहिजे.

८. माझ्या कुटुंबात मी एक टीम प्लेयर म्हणून राहीन

आपण आपल्या कुटुंबाचा एक अविभाज्य भाग असतो आणि कधीतरी अशी वेळ येते जेव्हा आपल्याला तडजोड करावी लागते. आपण अशी तडजोड करूया जी कुटुंबाच्या स्वास्थ्यासाठी योग्य असेल.

९ कामाव्यतिरिक्त मी नातेसंबंध जपेन आणि मानवी संबंधांच्या जाळ्याचा उपयोग करून घेईन

नेटवर्किंग चा अभाव हे स्त्रियांना व्यावसायिक बाबतीत मागे पडण्याचे मुख्य कारण आहे. आपल्याला औपचारिक आणि अनौपचारिक नातेसंबंध जोपासले पाहिजेत.

१०. मी माझ्या नशिबाचा ताबा घेईन

यशस्वी आणि अयशस्वी महिलांमधला फरक हा त्यांच्या 'विशेष परिस्थितीशी' निगडीत नसतो तर ती परिस्थिती आपल्या बाजूने वळवण्यात ल्या कौशल्यात असतो.

भाग तिसरा

यशाचे

शेवटची पायरी –यशप्राप्तीचे समाधान– कष्टाने जिंकलेलं पण ओह, कित्ती गोड!

२१

ओये, लकी मादाम!

आपल्या चांगल्या नशिबाची स्तुती करा

आपण आता आपल्या प्रवासाच्या तिसऱ्या आणि शेवटच्या टप्प्याला पोहोचलो आहोत. तुम्ही आणि मी!

मला खात्री आहे, तुम्ही ह्या प्रवासात प्रत्येक पायरीवर माझ्या सोबत होतात. अगदी सुरुवातीला नोकरी करणाऱ्या बाईला काही सत्य पचवण्यापासून, (गोड आणि कटू दोन्हीही) ते हुशारीने सद्य परिस्थितीला सामोरं जाऊन तिला आपल्या हितासाठी वळवण्यापासून ते आता अगदी ह्या तिसऱ्या मैलाच्या दगडाशी, आपण आपला हेतू साध्य करण्यासाठी उभ्या आहोत!

ह्या शेवटच्या काही पायऱ्या आपल्याला दाखवतील की यशप्राप्तीसाठी आपल्या स्वभावात आपल्याला काही बदल करायला लागेल जेणेकरून आपल्याला यशाचा झेंडा उंचावत नेता येईल. मग ते स्वतः साठी खंबीरपणे उभे राहणे असेल किंवा यशापासून दूर न पळणे असेल किंवा नकारात्मक लोकांची पर्वा न करता आपण जे काय करतो आहोत त्यात अभिमान बाळगणे असेल, वा आपल्या कचखाऊ वृत्तीला बांध घालणे असेल!

आपल्या बायकांच्या गरजा साध्याशाच असतात. नवऱ्याचं थोडं प्रेम, थोडे हिरे, चाळीस एक चपलांचे जोड, आणि एक विश्वसनीय कामवाली बाई–आपल्याला बस्स, आनंदी आणि यशस्वी व्हायचं असतं, घरी आणि कॉर्पोरेट आयुष्यातही! एकमेकांच्या आड येणार नाही असं एक समाधानी करिअर ज्यात आपले कौशल्य पणाला लागेल आणि दुसरं सुखी घर.

लोकशाही मधे, शहरात राहून एका मध्यमवर्गीय मुलीला, शिक्षणाचा फायदा घेऊन, नोकरी मिळवून आर्थिक स्वातंत्र्य मिळवणे आजच्या जगात हे सहज शक्य आहे.

आपण ह्या काळात जन्मलो आहोत हे आपलं भाग्य आहे जिथे मुलींनी शाळेत जायचे की नाही किंवा कॉलेज मधून पदवी घेतल्यानंतर तिने पुढे नोकरी करायची की नाही असले प्रश्न कोणी विचारत नाही. तुम्ही शहरात आजकाल बघितलं तर हेच दिसेल की आईवडील मुलीला शिकायला आणि नोकरी करण्यासाठी उद्युक्त करतात. मग ती प्रोफेसर ची मुलगी असो किंवा बँक मॅनेजर ची असो वा ड्रायव्हर ची असो किंवा अगदी ऑफिस मधल्या शिपायाची! अर्थात अशी परिस्थिती अजूनही कितीतरी देशांत, भारतातल्या खेड्यांत नाहिए किंवा आपल्या आईच्या पिढीत सुद्धा नव्हती. आजही फक्त ५-१०% महिलाच नियोजित क्षेत्रात नोकरी करणाऱ्या आहेत. त्यामुळे आपण, ज्यांना नोकरी करण्याचे कौशल्य आणि स्वातंत्र्य आहे, आपल्याला भाग्यवान समजले पाहिजे. तरीही आपण ही संधी कधी कधी सहजपणे गमावतो.

''मॅडम, मी लग्न करतीए. ही बघा, माझी एंगेजमेंट रिंग.'' लाजत नेहा ने मला तिच्या हातातला हिरा दाखवला. मी अहमदाबाद ऑफिस ला चाललीए. एच.आर हेड बरोबर. वार्षिक परीक्षणाच्या वेळी तिथल्या टीम बरोबर असेन.

''अभिनंदन. काय करतो तुझा होणारा नवरा?''

''ओह, त्याचा बिझिनेस आहे. म्हणजे तो.......चा नातू आहे'' आणि ती शहरातल्या एका मोठ्या उद्योजकाचे नाव घेते.

मी आणि एच.आर हेड एकमेकांकडे बघतो. पहिला प्रश्न आमच्या डोक्यात येतो तो म्हणजे आता नेहा जॉब सोडणार का? आणि दुर्दैवाने ऑफिस मधे कोणाचाही साखरपुडा, लग्न किंवा गरोदरपणाची बातमी ऐकली की आमची प्रतिक्रिया हीच होते. आता ही सोडणार का? आता मला दुसरं कोणीतरी शोधायला लागणार आणि अगदी तेव्हा, जेव्हा आमचे कर्मचारी गळतीचे प्रमाण कमी होत होते. ओह, कशाला मी बाई ला नोकरी दिली? हा विचार मनात येवून जातो.

वैविध्यता जपणारी असतांना, स्वतः एक बाई असतांना सुद्धा, एक व्यवस्थापक म्हणून मला ह्या अडचणींचा सामना करावा लागतो.

''मग, पुढचा काय विचार आहे तुझा नेहा?'' एच.आर हेड ने विचारले.

''मला माहित नाही पण मला नाही वाटत त्याला मी काम केलेलं आवडेल.'' नेहा उत्तरली.

''आणि तू, तो म्हणेल तसंच करणार आहेस पुढे जाऊन?'' एच.आर हेड म्हणाली.

''तुम्ही मला चिडवताय मॅम. माझ्या सासू-सासऱ्यांच मत आहे की त्यांच्या सारखी कौटुंबिक पार्श्वभूमी असतांना मला काम करायची काही गरज नाही.'' नेहा म्हणाली. आणि अश्या विचारांशी सहमत होत, इतके कष्ट घेऊन मिळवलेली व्यवस्थापन पदवी, अथक श्रम घेऊन पूर्ण केलेली विक्री लक्ष्य, अहमदाबाद ऑफिस मधे उत्तम कामगिरी म्हणून मिळवलेला सन्मान, यावर ती पाणी सोडायला तयार होती, फक्त तिचे लग्न होत होते म्हणून ! आमच्या ऑफिस मधे बायका कर्मचारी जास्त असल्याने अशी वेळ वारंवार येते. आम्हला माहितीए की आज ना उद्या, अजून १५ वर्षांनी जेव्हा मुलं मोठी होऊन घराबाहेर पडतील तेव्हा नेहाला आपल्या नोकरी सोडण्याच्या निर्णयाचा पश्चाताप होईल. पण आज कितीही समजावले तरी तिचा निर्णय बदलणार नाही. मला नेहाला हलवून सांगावेसे वाटत होते की ती जी संधी सहजासहजी सोडून देते आहे ती फार कमी लोकांना मिळते.

अगदी मागासलेल्या भागातील एका मुलीला शिकण्याची इच्छा होती म्हणून तिला मारून टाकण्यात आले. एका वरिष्ठ वर्गातील महिला जिच्याकडे हिरे, माणिक आणि डिझायनर कपडे आहेत तिला आयुष्यात कधीही चेक वर सही करण्याचा योग आलेला नाही कारण तिचं स्वतः च खातंच नाही आणि हे सगळं घेण्यासाठी तिला नवऱ्यापुढे हात पसरायला लागतात.तिला पैसे तेव्हा मिळतील किंवा नाही हे त्याच्या तेव्हाच्या मूड वर अवलंबून असतं. मला नेहाला जवळच्या एका खेडातल्या बायकांबद्दल सांगावेसे वाटते, ज्या अंगणवाडीत शिक्षिका बनून आज स्वतः च्या पायावर उभ्या राहायला शिकाताएत. स्वतः बद्दल त्यांना आता अभिमान वाटतोय, आता त्यांचे कुटुंबही त्यांना जास्त आदराने वागवते, शेवटी घरी पैसे आणतात ना!

पण नेहाला याचा काही फरक पडणार नाही. ती आत्ता डोळ्यात गुलाबी स्वप्नं घेऊन आयुष्याच्या एका रोमांचक वळणावर उभी आहे आणि सत्याचा कुठलाही डोस तिच्या रोमांचक कल्पनेला आत्ता धक्का पोहोचवू शकत नाही.

आपण आज जेव्हा आपले यश साजरे करतो आहोत तेव्हा आपण ज्या परिस्थितीत आहोत त्यासाठी आपण आपल्याला भाग्यवान समजले पाहिजे. हे खूप

बायकांना ह्या जन्मात मिळणार नाही, म्हणून ते सोडण्यापूर्वी हजारदा विचार केला पाहिजे. लग्न, सहकाऱ्या बरोबर चे वाद-विवाद, अवघड प्रोजेक्ट, कामाचा वाईट दिवस, यामुळे त्रस्त होऊन आपल्या कष्टाने मिळवलेल्या यशाकडे पाठ फिरवायचे काही कारण नाही, तरीही ती चूक आपण परत-परत करतो.

व्यावसायिक मंत्र

* जगातल्या अनेक बायकांना शिक्षणाची आणि नोकरीची संधी मिळत नाही जी आपण सहज ग्राह्य धरतो.

* आपल्याला हे ठाऊक पाहिजे आणि त्याबद्दल आपल्याला जाणिव आणि कौतुक हवे की आपण अशा काळात जन्माला आलो आहोत जिथे आपल्याला पूर्ण स्वातंत्र्य आहे.

* ब्रेक घेताना आपण आपली समजूत घालतो की हे तात्पुरते आहे पण सत्य हे आहे की स्पर्धेत मागे पडल्यावर, आपण परत येणं अवघड आहे.

* कुटुंबाचे प्रेम मिळणे आवश्यक आहेच पण त्यांच्याकडून आदर मिळणे ही तितकेच आवश्यक आहे आणि तुम्ही पैसे मिळवत असाल तर तो सहजरीत्या मिळतो.

२२

मिस्टर अँड मिसेस ट्रॅपला टाळा

स्वत:चे स्वत्व जपा

अनेक खंतांपैकी बायकांची एक ठरलेली खंत असते (ते जरी त्या बोलून दाखवत नाहीत तरीही), ते हे की लग्नानंतर त्यांची स्वतः ची वेगळी अशी ओळख राहत नाही. ती नवऱ्याच्या ओळखीतच लुप्त होते. एक वेगळं माणूस म्हणून न राहता त्या जोडप्याचा एक फक्त ऍड ऑन भाग होतात., जसे काही पूरक क्रेडीट कार्ड असावे तसे!

माझ्या करिअर मुळे मला स्वतः ची एक वेगळी ओळख होती त्यामुळे ह्या बायकांचा राग मी फारशी समजू शकत नव्हते, पण मुंबईपासून दूर, जेव्हा मी बंगलोर ला स्थलांतरित झाले तेव्हा मला याची जाणीव झाली. मुंबईत असतांना माझ्या आजूबाजूला असणाऱ्या सर्वांना माझ्याबद्दल, मी काय करते त्याबद्दल सर्व माहित होते. पण बंगलोर ची गोष्ट पूर्णपणे वेगळी होती.

नवऱ्याच्या नव्या जॉब मुळे त्याला आणि पर्यायाने मला बंगलोरला जायला लागलं. त्यामुळे भेटणारी लोकं ही त्याला माहित असलेली, त्याच्या कामाशी निगडीत असलेली होती. आणि जेव्हा जेव्हा आम्ही नव्या लोकांना भेटत असू तेव्हा साधारण असे संभाषण होत: हा संजय, हा 'अबक' चा 'एम.डी' आहे आणि आत्ता काही दिवसांपूर्वीच बंगलोर ला शिफ्ट झालाय, या आधी तो 'क्षयझ' कंपनीत होता. आणि हो, ही त्यांची मिसेस, लोकं हसमुख चेहऱ्याने हस्तांदोलन करत नवऱ्याच्या नव्या नोकरीबद्दल प्रश्न विचारीत. संभाषण त्याचा नवा जॉब, आधीचं आणि आत्ताचं काम याच्या भोवतीच फिरे. आणि जाता –जाता ते माझ्यापर्यंत आलेच तर ते साधारणपणे मुलांची शाळा, त्यांच्यावर लक्ष आणि माझे बंगलोर मधे स्थिर–स्थावर होणे याबद्दलच असे.

बाहेर आमची ओळख साधारणपणे एक घर बघणारी बाई अशी नसून एक कॉर्पोरेट महिला अशी असते. पण माझ्या बाबतीत ती गोष्ट अर्धवटच मुरली आहे. त्यामुळे माझी ओळख जेव्हा नोकरी करणारी अशी न होता घर बघणारी अशी होऊ लागली तेव्हा मला ते हाताळणं अवघड गेलं. सगळे पुरुष बार कडे जात आणि देशाची एकूण आर्थिक परिस्थिती, बिझिनेस मधले वातावरण, पंतप्रधानांचे धोरणात्मक बदल अशा विषयांवर चर्चा करत तेव्हा मी अशा एखाद्या ग्रुप मधे अडकत जिथे शॉपिंग आणि शाळा अशा विषयांवर गहन गप्पा चालत!

मी अगदी त्वेषाने बार भोवती जमलेल्या ग्रुप कडे बघत, एखादं ड्रिंक आणि बिझिनेस बद्दल चर्चा घडावी अशा अपेक्षेने; पण दुर्दैवाने मी जेव्हा जेव्हा त्यांच्या दिशेने झेपावले, पुरुष बिझिनेस बद्दल बोलणे थांबवत आणि मला चावून चोथा झालेले नेहमीचेच प्रश्न विचारत, उदा. बंगलोर कसं वाटतंय? त्यांच्या डोक्यात हे शिरायचेच नाही की मीही एक नोकरी करणारी बाई आहे आणि ते घरगुती सोडून इतर, बिझिनेसशी संबंधित गप्पा माझ्याशी करू शकतात.

माझ्या नव्या शेजाऱ्याशी झालेल्या संभाषणाने मात्र एकदा माझा राग अनावर झाला. आमची बिल्डींग पूर्ण परदेशी लोकांनी भरली आहे आणि त्यात थोडे एनआरआयज्, जे तात्पुरते कामासाठी परत भारतात आलेले आहेत. आता हे एनआरआयज् म्हणजे परदेशी लोकांदूनही अधिक परदेशीपणा करतात, जसे की हे कुठल्यातरी एलियन प्रदेशातून आलेले आहेत आणि थोड्याच काळापूर्वी आपण इथेच बोटं चाटत दही –भात खाल्ला होता हे ते साफ विसरतात.

''हे हाउ'या डूइंग?'' माझी एनआरआय शेजारी माझ्याबरोबर लिफ्ट मधे येताना चिरकली.

''मी मस्त आहे. तू कशी आहेस?'' मी सभ्य पणे म्हणाले.

''चाललंय , चाललंय. तुमच्या इथल्या पद्धती मात्र जरा विचित्रंच आहेत हं.''

''माफ कर, आमच्या पद्धती?'' मला माहितीए ते, तिचा जन्म आणि संगोपन भारतातच झालंय आणि काही वर्षांपूर्वीच ती अमेरिकेला गेलीये.

मी तिला टोमणा मारणार तितक्यात डोळे दिपवून टाकणाऱ्या पिवळ्या ट्राक पँट मधे, जॉगिंग ला निघालेला तिचा नवरा लिफ्ट मधे येउन धडकला.

''हाय गर्ल्स गॉसिपिंग? हा हा,'' माझ्याकडे बघत म्हणाला. प्रभाला खूप एकटे

वाटत होते, पण आता तू आलीएस ते बरंय, तुम्ही आता कॉफी साठी भेटा लवकर. मला खात्री आहे तुम्ही एकदम छान मैत्रिणी व्हाल. आणि आम्हाला कळायच्या आधीच तुमच्या किटी पार्टीज आणि शॉपिंग सुरु होईल. हा हा !''

मी त्याच्याकडे दात –ओठ खातच बघितलं. पहिलं म्हणजे त्याने मला तुम्ही मुली अशा 'प्रवर्गात' टाकायला नको होतं. (मला गेल्या पंचवीस वर्षात कुणीही 'मुली' असं म्हणालेलं नाही आणि माझी त्याबद्दल काहीएक तक्रार नाही. धन्यवाद !) दुसरा मला या गोष्टीचा राग आला की त्याने गृहीतच धरले की मी नोकरी करत नाही. तिसरी गोष्ट म्हणजे समजा जरी मी नोकरी करत नसले तरी घर सांभाळणाऱ्या बायका ह्या शॉपिंग आणि किटी पार्टी या दोनच गोष्टी करू शकतात असं त्याने का गृहीत धरावं? मला कित्येक बायका माहित आहेत ज्या रूढार्थाने नोकऱ्या नाही करत पण त्या इतर अनेकविध गोष्टी करत असतात.

मी जेव्हा स्पष्टपणे शेजाऱ्याच्या ऑफर ला नकार दिला आणि सांगितले की मी नोकरी करणारी असल्यामुळे मला अजिबात वेळ काढता येत नाही तेव्हा त्या दोघांना थोडा धक्काच बसला.

''ओह, खरंच? काय करतेस तू?'' ते गोंधळलेले दिसले, जसे काय नोकरी करणारी बाई हि संकल्पना त्यांच्यासाठी नवीन होती.

''मी 'रेडीओ सिटी' त काम करते.''

''तू काय आरजे आहेस?''

काय माहित का? पण रेडीओ स्टेशन वर काम करता असं म्हटलं की तुम्ही फक्त आरजेच असू शकता असं लोकांना वाटतं.

''नाही, मी चालवते रेडीओ सिटी.''

''चालवतेस?'' माझ्याकडे आश्चर्याने पाहत त्यांनी विचारले.

''ओह, म्हणजे तू ॲडमिनीस्ट्रेशन आणि ट्रेवल बूकिंगज् वगैरे बघतेस छानच !'' त्यांनी मला बरोब्बर जागी नेउन बसवल्याच्या समाधानात मान हलवली.

मी 'नेटवर्क' चालवते असे म्हणून बरेचदा मी लोकांना माझ्याबद्दल जी काय कल्पना असेल ती असू देते. 'मी सीईओ आहे' असे सांगणे मला गर्विष्ठपणाचे वाटते.

आता त्यांना धक्काच बसला, ते घाईघाईने ओके, छान असं म्हणत लिफ्ट बाहेर पडले.

अशी गृहीत धरणं आणि साचेबंद करणं हे बाईच्या बाबतीत वारंवार घडतं. प्रामुख्याने जेव्हा तिचं लग्न झालेलं असतं. अशावेळी ती लगेच सावलीत ढकलली जाते. ती कायम जोडप्यातली दुय्यम व्यक्ती असते. ती अविवाहित असते तेव्हा निदान तिला स्वतः सांभाळायला आणि वेळ घालवायला तरी नोकरी करावीच लागत असेल असा समज असू शकतो. (तो आणिक एक वेगळाच विषय आहे जो आपण पुढे बघूया)

बस्स म्हणण्याची आता वेळ आलीए आपण बायकांनी खूप यश मिळवलं आहे आणि आता वेळ आहे ती आपण आपल्या हक्कासाठी उभं राहण्याची, आपल्याला आपल्या योग्यतेत मोजलं जाण्याची. जर लोकांच्या गैरसमजुती असतील तर त्या वेळीच दूर केल्या पाहिजेत, बरोबर केल्या पाहिजेत आणि यात आपला मऊपणा आडवा येता कामा नव्हे.

खरोखर, मला, आमच्या दोघांच्या ओळखीचे असलेले संबंधित जेव्हा फोन करून सांगतात की त्यांनी माझ्या नवऱ्याला काय, कसली आमंत्रणं पाठवली आहेत आणि मी ती त्याच्या पर्यंत पोहोचली की नाही हे चेक करू शकेन का? तर मी त्याला स्पष्टपणे नकार देते. मी त्यांना सांगते की मी काही त्याची सेक्रेटरी नाही तेव्हा त्यांनी ते त्याच्या ऑफिस मधे चेक करावं. एखादी बाई ही मिसेस पेक्षा अधिक काही असूच शकत नाही असं गृहीत धरले जाऊ नये म्हणून मी नव्या भेटलेल्या बाई न चुकता आपण काय करता, कुठे काम करता हे विचारतेच.

आता लक्षात ठेवा, पुढच्या वेळी जेव्हा तुम्ही पार्टी ला जाल तेव्हा तुम्ही कोपऱ्यातल्या सोफ्यावर शॉपिंग च्या गप्पा न मारता, बारच्या बाजूला उभ्या राहा. तिथे तुम्हाला तुमच्या आवडीचे विषय बोलायला मिळतील. मी पण तुमच्याबरोबर येणार आहे!

व्यावसायिक मंत्र

* तुम्ही जोडप्यातली एक व्यक्ती असणं मला फार काही चांगलं वाटत नाही. तुम्ही कितीही यशस्वी असलात तरीही तुमच्या पार्टनरलाच महत्व दिले जाते.

* ह्या चाकोरीबद्धतेचा चा सामना करता आला पाहिजे आणि लोकांनी तुम्हाला एक स्वतंत्र व्यक्ती म्हणून ओळखले पाहिजे.

* 'पुरुष बार पाशी' आणि 'बाई सोफ्यापाशी' हे पार्टी चे सूत्र कोणीतरी बदलले पाहिजे. समानशील बायकांनी एकत्र येऊन बार टूल्स काबीज केले पाहिजेत.

२३

हात वर करून हेऽऽ म्हणा

अगदी असह्य होईपर्यंत पळ काढू नका

मी आणि माझी मार्केट हेड, बसून तिच्या करिअर प्लान्स बद्दल चर्चा करतोय. आमच्या कंपनीत एक झोनल हेड ची जागा रिक्त झालीए आणि तिला हवं असल्यास त्या जागेसाठी अर्ज करता येऊ शकतोय. पण असे झाल्यास तिला तिच्या आईबाबा आणि कुटुंबापासून दूर गावी जावे लागेल.

''श्वेता, मला वाटतं हा बदल तुझ्यासाठी चांगला ठरेल. तुला एक नवं मार्केट आणि त्याचबरोबर काही छोटे प्रदेश असं दोन्हीही हाताळायला मिळेल. तू ही ऑफर घ्यायला हवीस.'' एका आठवड्यापूर्वीच एचआर ने दिलेली हि ऑफर आत्तापर्यंत तिने का घेतली नाही याचेच मला आश्चर्य वाटले आणि म्हणून मी चर्चा करायला तिला माझ्या केबिन मधे बोलावलं.

''पण मॅडम, माझं अजून नक्की नाहीये. ही ऑफर म्हणजे मला आईवडिलांना सोडून नव्या शहरात जावे लागेल'' श्वेता म्हणाली.

''नॉनसेंस, तू आता ३४ वर्षांची आहेस. अजून किती दिवस घरी आईच्या नाळेला बांधून राहायचं ठरवलंयस? तुझे आईवडील त्यांची स्वतः ची काळजी घ्यायला समर्थ आहेत. आहेत ना? मग अडचण काय आहे? कम ऑन, घेऊन टाक.'' मला तिचं कारण फारसं पटत नव्हतं आणि तिच्याकडून खरं कारण काढून घ्यायचं होतं. थोड्याश्या घासाघीशीनंतर तिने खरं कारण सांगितलं.

''नाही, खरंच मॅडम, मला माझ्या आईवडिलांना सोडून जायचं नाहीये. ते

माझ्यासाठी मुलगा पण बघतायेत. आणि तुम्हाला माहितीये पंजाबी मुलं कशी असतात ते! तो बिझिनेस वाला असेल आणि मग लग्नानंतर मला तसंही शहराबाहेर जाता येणार नाही. आणि मग मला मूल झाली की त्यांची काळजी कोण घेणार? त्या दृष्टीने पण मला माझ्या आईवडिलांबरोबर राहायला पाहिजे.'' ती मला समजले असावे या अपेक्षेने माझ्याकडे बघत म्हणाली.

मला धक्काच बसला. आम्हाला ठाऊक होतं, तिचे आई वडील तिच्यासाठी बरेच दिवसांपासून मुलगा शोधत होते. ते बऱ्याच दिवस रेंगाळणारं प्रोजेक्ट होतं. गेल्या पाच वर्ष ती आमच्याबरोबर काम करत होती पण अजूनपर्यंत तिला आणि तिच्या आई वडिलांना तिच्यासाठी योग्य मुलगा मिळाला नव्हता. मला आतापर्यंत असेच वाटत होते की इतक्यात तरी अजून कोणी दृष्टीपथात नाहीए पण गोष्टी पुढे गेल्यात असं एकूण दिसतंय.

''मग , कोणी भेटलाय का?'' श्वेता नजरेच्या टप्प्यात आहे की काय याचा शोध घेऊ लागले. तो इथलाच बिझिनेसमन आहे की काय ?

''ओह, नाही मॅडम , मी असंच म्हणतीये, जर –तर'' श्वेता लाजत म्हणाली.

जर –तर? स्वर्गातून पडलेल्या संधीला श्वेता जी गोष्ट अजून हातात ही नाही त्यासाठी लाथाडायला निघाली होती. भविष्यकाळात एक वेळ अशी येईल की तिच्या मुलांना सांभाळायला तिला तिच्या आई वडिलांची मदत लागेल त्या साठी ती करिअर मधल्या इतक्या चांगल्या संधीवर पाणी सोडायला निघाली होती. ती अतिशय वाईट ब्रिज खेळाडू असेल. मी मनाशी म्हटले.

हुशार आणि व्यावहारिक बायका देखील कधीतरी असले चुकीचे निर्णय घेतांना दिसतात. ही काय उंच उडण्याची आत दडलेली भीती असते? की, इतकं यशस्वी होऊन बरोबरचा पार्टनर न मिळण्याची? का मग, आईवडिलांच्या घरट्यातलं सुख सोडण्याची निरीच्छा? जे काय असेल ते, पण श्वेता चांगली संधी गमवायला निघाली होती हे खरे! हातात आलेली संधी ती अशा गोष्टीसाठी सोडत होती जी भविष्यात घडेल न घडेल ही!

दहापैकी नऊ वेळा तरी कुणीही सांगितले नसतांना बायका ह्या स्वतः ही बाजूला सरतात. मुलांचा सांभाळ करण्यासाठी त्यांना काही वर्षं ब्रेक घ्यायला लागणारच असतो आणि त्यावेळी करिअर मध्ये ब्रेक येणं अपरिहार्य असतं. मग असं असतांना जेव्हा वेळ हातात आहे त्यावेळी संधीचं सोनं का नाही करायचं?

आता श्वेताच्या बाबतीत बोलायचे झाले तर अजून कोणताही लग्नाचा मुलगा दृष्टीपथात नाही, तरीही काही वर्षांनी घ्यावाच लागणारा ब्रेक किंवा थोडी तडजोड ती आत्ताच का करतीए? ही तडजोड जेव्हा करायला हवी तेव्हा केली तर ती खरं थोड्या काळासाठीच करावी लागेल. आत्तापासूनच केली तर करिअर चा केवढा तरी अधिक काळ त्यात जाईल. आम्हाला नाईलाजाने ही ऑफर तिच्या पुरुष सहकाऱ्याला द्यायला लागेल जो करिअरसाठी कुटुंबासहित दुसऱ्या शहरात स्थलांतरित व्हायला तयार आहे. मला त्याची करिअर मधली प्रगती स्पष्ट दिसतीए. आणि स्वतः हून संधी सोडल्यामुळे श्वेता ची संथ वाटचाल ही दिसतीए.

प्रत्येक वेळी, मग तो प्रोजेक्ट मधला सहभाग, प्रवास, वीकेंड्स ना किंवा उशिरा पर्यंत काम करणे असो, बाई च्या आधी पुरुष सहकाऱ्याचा हात आधी वर जातो. मला माहितीए त्यावेळी बाई च्या मनात काय चाललेलं असतं? हा प्रोजेक्ट म्हणजे उशिरापर्यंत थांबणे आले, म्हणजे घरी रोज उशीर, बंटीचं जेवण कोण बनवणार?, पुढच्या आठवड्यात वहिनी येतीए मुलांना घेऊन, त्यांचं कोण करणार? नाही म्हटलेलंच बरं !

असं नाही नाही म्हणत आपण येणारं प्रमोशन लाथाडतो आहोत हे त्यांना समजत नाही. काही बायका संस्थेला दोष देतात, काही स्वतः हून तडजोड करतात, काही सोडून देतात आणि निघून जातात. सरतेशेवटी हरते ती बाईच !

आपण जेव्हा यशाच्या पायऱ्या चढत जातो तेव्हा संस्था आपल्याला ज्या संधी देत असते त्या आपण सरसावून घेतल्या पाहिजेत, मग ते नवं कौशल्य आत्मसात करणे असेल, कुठलं प्रशिक्षण असेल करिअर मधली नवी वाट असेल. जेव्हा वेळ आपला आहे तेव्हा आपण हे करायला पाहिजे, मुलं लहान आहेत किंवा आजारी आईवडीलांना तुमची गरज आहे तेव्हा तुम्ही करिअर बाजूला सारताच ना! पण बाकीच्या वेळी नाही म्हणणं आपल्याला परवडणार नाही. प्रत्येक नाही हे आपल्याला करिअर मधे एक पायरी खाली उतरवेल. बाई असल्याने गरोदरपण, संगोपन ह्या निमित्ताने येणारे अटळ ब्रेक आपण टाळू शकत नाही मग निदान जेव्हा शक्य आहे तेव्हा ह्या संधी न सोडणे हे शहाणपण आहे.

व्यावसायिक मंत्र

* गरोदरपण आणि संगोपन ह्याची तयारी बायका गरजेपेक्षा खूप आधी सुरु करतात. त्यामुळे करिअर मधला ब्रेक आवश्यकतेपेक्षा खूप लांबतो आणि प्रगतीला मारक ठरतो.

* चांगल्या संस्था कधीही स्त्री –पुरुष भेद करत नाहीत. आपल्या चुकीच्या निर्णयासाठी संस्थेला दोष देऊ नका.

* विशेष प्रोजेक्ट्स जे असतात ते तुम्ही पुढच्या रोल साठी तयार आहात का ते चाचपडायला असतात, त्याला कधीही नाही म्हणू नका!

२४

तुमचे कनिष्ठ पुरुष सहकारी वेगळ्या मुशीत जन्माला आले आहेत.

तुमचा कनिष्ठ पुरुष सहकाऱ्यांसोबतचा व्यवहार

तुम्ही आत्तापर्यंत यशाची एक एक पायरी चढत इथपर्यंत पोहोचला असाल. या सगळ्या प्रवासात, स्वाभाविक आहे की तुम्ही एखादी टीम एखाद्या विभागाचे प्रमुख असाल किंवा अगदी संस्थेचे चालक देखील असाल आणि काम करतांना तुमच्या बरोबर मोठी टक्केवारी पुरुष सहकाऱ्यांची असेल हे ही नाकारता येत नाही.

मग कसं हाताळता तुम्ही कनिष्ठ पुरुष सहकाऱ्यांना? जस महिला सहकारीला वागवता तसंच? अधिक चांगलं? की वाईट? की तुम्ही अशांपैकी आहात ज्यांना सहकारी पुरुष आहे की बाई याचा काही फरक पडत नाही आणि वेळ आली की ते दोघांचीही पर्वा करत नाहीत. तुमच्या मतानुसार तुमच्या अवती-भोवती असणारं प्रत्येक जण फक्त यंत्र आहे?

बरं , इथे आता एक गुप्त गोष्ट मी तुम्हाला सांगते. आतापर्यंत साधारणतः पुरुष बॉस आणि सहकारी स्त्रिया असं चित्र असायचं आणि पुरुषाला बाई चं मन कळत नाही असं धरलं जायचं त्यामुळे कागद चे कागद भरून यावर लिहिलं गेलं. पण आता वेळ अशी आहे की बाई बॉस आणि पुरुष सहकारी! असं असतांना तिने पुरुष सहकाऱ्याशी कसं वागायचं आणि त्याच्या कडून काम कसं करून घ्यायचं ते आपण बघूया.

आता मला जर एखादं काम माझ्या स्त्री सहकाऱ्या कडून करून घ्यायचे असेल तर सरळ मी तिच्याकडे जाईन आणि तिला ते करायला सांगीन. मालिनी, मी विचार करत होते, क्लाइंट कडे सरळ एफसीटी (फिक्स्ड कमर्शियल टाइम)चा पर्याय घेऊन

जाण्यापेक्षा त्यांना आपण एक 'एफसीटी' चं पॅकेज ऑफर करूयात आणि काही ऑन ग्राऊंड इवेंट्स. 'एफसीटी' म्हणजे जाहिरातीचा वेळ जे, टी. व्ही. आणि रेडीओ चॅनेल्स आपली आणि आपल्या कुटुंबाची पोटं भरण्याकरता आपल्या जाहिरातदारांना विकतात. माझी ही सूचना तर्कशुद्ध असल्याने मालिनी त्याला सरळ हो म्हणेल आणि त्यावर काम सुरु करेल. पण हे पुरुष सहकाऱ्याबरोबर इतक्या सहजतेने होत नाही. मी त्याला काही सुचवायला गेले की त्याला त्याचा एक विरुध्द प्रतिवाद, किंवा हुशारीने दिलेलं कारण किंवा सरळ नकार तयार असतो आणि मग त्यावर डोकं बधीर करणाऱ्या चर्चा करत आम्ही तासनतास घालवतो. हे फक्त दाखवण्यासाठी की त्याचा कामावर ताबा आहे आणि बॉस ची सूचना घेणं म्हणजे कामावर फारसा ताबा नसल्याचं लक्षण आहे.

मग मला ते थोडं वेगळ्या पद्धतीने हाताळावं लागतं.

''हे अमित, कसं काय चाललंय? तुझा क्लायंट कसा आहे?'' मी अमित ला कोपऱ्यात घेते आणि त्याच्याकडून माझ्या पद्धतीने काम काढून घ्यायला सुरुवात करते. पहिली ५ मिनिटे अमित, त्याचा बॉस किती कटकटी आहे आणि तरीही त्याने त्याच्या हुशारीने त्याला कसा वठणीवर आणला आहे वगैरे सांगून आपला कामावर कसा ताबा आहे हे सांगतो. मी मान डोलवत त्याला होकार देते आणि मला काय म्हणायचय ते हळूच पुढे सरकावते. मी विचार करतीए, आपल्याकडे असं काही आकर्षक आहे का ज्याद्वारे आपण ग्राहकाला जास्त पैसे खर्चायला प्रवृत्त करू शकू? काही पॅकेज? मी ऐकलंय त्याला इवेंटस् आवडतात? आणि मग त्याचं उत्तर येण्याआधी पटकन मी तिथून सटकते. (आधी सांगितल्याप्रमाणे वाद –विवाद, नकार टाळायला). इथे माझा हेतू असतो बीज पेरायचं आणि निघून जायचं. ते रुजायला काही दिवस जायला लागतात आणि जर मुलगा चांगला असला तर काही तासच!

दुसऱ्याच दिवशी उड्या मारत अमित माझ्या केबिन मधे आला. बॉस क्लाएंटला खर्च करण्यास भाग पाडणारी एक भन्नाट कल्पना माझ्या डोक्यात आलीए. त्याला आपण स्पॉर्ट्स आणि इवेंटस् च पॅकेज देऊया. मला खात्री आहे मी त्याला पटवू शकेन. तो उत्साहाने म्हणाला. त्याच्या चेहऱ्यावर त्याचा आनंद मावत नव्हता आणि माझ्या होकाराची तो आतुरतेने वाट पाहत होता.

ग्रेट कल्पना अमित! खूपच नाविन्यपूर्ण. चल, ते करून टाकूया. पुरुषांना हुशारीने हाताळण्याची सवय असल्याने मी, पटकन म्हणाले.

अमित तिथून बाहेर पडला. मला खात्री आहे, काम फत्ते होणार आहे!

मी हेच जर त्याला सरळ सांगितलं असतं तर मला त्याच्याशी किती तरी तास हुज्जत घालत बसावं लागलं असतं, त्याला त्याचा मुद्दा खरा करायचा होता, खरंतर माझा खोडून काढायचा होता. पुरुषाच्या अहंभावाच्या बाबतीत एक गोष्ट मी फार पूर्वी शिकलीए की कुठली गोष्ट काम करेल किंवा त्याचे चांगले परिणाम मिळतील यापेक्षाही तो कायम बरोबर आणि बाकीचे सगळे चूक असे ते असते. त्याच्या क्षेत्रात तोच उत्तम, त्यालाच सगळं माहित, दुसऱ्याने सांगायची गरज नाही.

'पुरुष सहकारी व्यवस्थापन' याची गुरुकिल्ली काय आहे तर, तो जे काम करतोय ते स्वेच्छेने करतोय, कल्पना त्याची आहे आणि तो ज्या पद्धतीने ते करतोय तो निर्णय पण त्याचाच आहे. स्त्री सहकारीला तुम्ही सरळ सांगू शकता पण पुरुष सहकाऱ्याला सुचवायला लागतं. मला कधीतरी पुरुष सहकाऱ्याच्या स्वप्नात जाऊन त्यांना दुसऱ्या दिवशीची कामं आखून द्यायला आवडतील. मला माहितीए, सकाळी उठल्या वर घाईने ते ती कामं करतील असं समजून की ही कल्पना काल रात्री आपल्याच डोक्यातून आलीए. म्हणजे मग माझी दुसऱ्या दिवशीची केवढीतरी कसरत वाचेल आणि माझ्या अपेक्षेप्रमाणे काम देखील होईल.

''करण, हे रेडीओ स्टेशन यशस्वी होण्याला दोन महत्वाच्या गोष्टी कारणीभूत आहेत, एक म्हणजे आमचं संगीत आणि आमचा आर.जे!'' – एका नव्या कार्यक्रम अधिकाऱ्यांशी बोलताना मी सांगत होते. टी. व्ही. मधून तो आमच्या रेडीओ स्टेशन मधे काम करायला आला होता. त्याने मान हलवली पण त्याच्या डोक्यात काहीही शिरले नाही हे मला माहित होते. आता पहिलाच दिवस असल्याने तो ऐकण्याचं नाटक करत होता. पुढचे काही महिने मी त्याला तीच गोष्ट अनेक वेळा अनेक पद्धतीने सांगून बघितली. त्याला आम्ही लावत असलेल्या संगीतावर अभ्यास करायला सांगितला, आर.जे कडून रोजचा पेपर वाचून घेऊन त्यातले किस्से वापरायला कसे येतील हे सांगितलं, पण करण मात्र स्वतः च्याच विचारांच्या वाटेवर होता. त्याचा जास्त वेळ संगीतावर लक्ष केंद्रित करण्यापेक्षा आधीच निर्मित झालेले शो करण्यात जायचा. आर.जे च्या माहितीचा स्त्रोत पेपर कडून फेसबुक कडे वळला. ज्याने त्याने आपल्या चुकीतून शिकावे अशी माझी धारणा असल्यामुळे मी ढवळाढवळ केली नाही. बाकी काम करण चांगलं करत होता. एक दिवस तो माझ्याकडे आला आणि म्हणाला ''मॅडम मला काल रात्री एक कल्पना सुचली, तुम्हाला जेव्हा वेळ असेल तेव्हा सांगा, मला तुम्हाला ती सांगायचीए.''

ठरलेल्या वेळेला तो माझ्या केबिन मधे आला आणि त्याने पीपीटी सादरीकरण सुरु

केलं. त्याचं शीर्षक होतं ' रेडिओ स्टेशन इज ओन्ली अ‍ॅज गुड अ‍ॅज द म्युजिक इट प्लेज्'' मला धक्काच बसला. निशब्दपणे मी त्याच्याकडे बघत राहिले. माझ्या निशब्दतेचा अर्थ त्याने वेगळाच लावला आणि अधिक उत्साहाने तो बोलायला लागला. मॅडम तुम्हाला माहितीए आपलं ९०% काम हे म्युझिक शी संबंधित असतं आणि जगातील अशी रेडीओ स्टेशन्स यशस्वी झालीयेत जी म्युझिक संबंधित प्रत्येक गोष्टीचा अभ्यास करतात.

मी जीभ चावतच विचार केला, हा माझेच विचार मला का ऐकवतोय?

हे सगळं बदलून टाकेल पहा आपण इतके दिवस आधीच निर्मित केलेल्या शो च्या मागे का लागलो आणि वेळ वाया घालवला? माझं ऐकाल तर आपण लगेचच आपली प्ले लिस्ट केली पाहिजे. आणि मला प्लीज, सगळे पेपर्स मागवायची परवानगी द्या जेणेकरून आर.जे ला वाचायला मिळतील. त्याने त्याचा लॅपटॉप बंद केला.

मी माझी मान हलवली आणि तो तिथून विजयी मुद्रेने बाहेर पडला. बाहेर तो त्याच्या कनिष्ठांना हे सांगताना मी ऐकलं की कसं त्याने मला ह्या योजनेबद्दल राजी केलं आणि मी आश्चर्याने स्तिमित झाले.

मला त्याला परत बोलावून सांगावेसे वाटले की, मी गेले ३ महिने तुझ्या डोक्यात काय भरवायचा प्रयत्न करत होते? आणि आता तू आत येऊन तेच सगळं मलाच सांगतोस? आणि त्यावर हे दाखवतोस की सर्व बुद्धी तुलाच कशी झाली!

पण ठीक आहे. मी शहाणी बॉस आहे. मला लक्षात आलंय की लोकांना कल्पना तुमचीच असं म्हटलं की ती प्रत्यक्षात आणायला सोपे जाते, म्हणून मग मी करणला त्याच्या कल्पनेसहित रोमांचित व्हायला मोकळे सोडले. शेवटी त्याचा उपयोग संस्थेसाठीच होणार होता जे पुरुष बॉस ह्या चुका करतात त्याच आपण स्त्री बॉसेस नी करू नकोयात, ते म्हणजे आपल्या स्त्री सहकारीला काय रुचतं त्याच्या यापेक्षाही अधिक चांगलं म्हणजे स्त्री आणि पुरुष दोघांनाही समजून घेणं!

व्यावसायिक मंत्र

* पुरुष आणि स्त्री कर्मचारी यांचे कळीचे मुद्दे वेगवेगळे असतात म्हणूनच त्यांना वेगवेगळ्या पद्धतीने हाताळायला लागतं.

* स्त्री कर्मचारी ला सरळ सांगितलं तरी त्याचा ती त्याचा इगो इश्यू करत नाही पण , पुरुषाला जास्त कलात्मकतेने हाताळायला लागतं, त्यांना विश्वास द्यायला लागतो की त्यांचा सगळ्याच गोष्टींवर ताबा आहे.

* जेव्हा तुमचं काम होत असेल, तेव्हा त्याचं क्रेडीट कोणाला जातं किंवा कल्पना कोणाची आहे या गोष्टींकडे दुर्लक्ष केलं पाहिजे. आपली आपल्या कनिष्ठांशी स्पर्धा नाहीए तेव्हा जर ते क्रेडीट घेत असतील तर ते त्यांना घेऊद्या. ते अजून जोमाने काम करतील.

२५

एकहाती जैसे थे परिस्थिती बदलणे

सेक्सी, स्मार्ट आणि सिंगल

आता आपण यशस्विततेच्या चर्चेत आहोत तर बाई जग जिंकायला निघाली आहे याचा एक प्रत्यय म्हणजे आजकाल आजूबाजूला भेटणाऱ्या असंख्य अविवाहित स्त्रिया. त्यांना लोकं काय नावं ठेवतात ते जरा बाजूला सारू (यातलं अगदी अलीकडचं नाव म्हणजे शेग-नू चायनीज मधे याचा अर्थ उरलेली बाई आणि म्हणे कुठलीही २७ वर्षांपुढील बाई ही तिच्या एक्सपायरी डेट च्या पुढे गेलेली असते.) आजकालची एकटी बाई ही तिच्या निर्णयानुसार आणि इच्छेनुसार आणि स्वतः च्या गोष्टी वर कौशल्याने आयुष्याची मार्गक्रमणा करत आहे.

ती तिची बॅग भरते आणि नव्या शहरात अधिक चांगल्या संधीसाठी निघून जाते. स्वयंपाकाची बाई, गॅस कनेक्शन, नव्या घराचा शोध असल्या कुठल्याही गोष्टींचा ती बाऊ करत नाही. तिला मनात आलं की ती तिचा कॅमेरा उचलून कुठल्याही टुरिस्ट स्पॉट ला जाते आणि त्यावेळी एकट्या बाई ला येऊ शकणाऱ्या कुठल्याही कल्पित आणि अकल्पित अडचणींची ती पर्वा करत नाही. ती करिअर बद्दलचे, नव्या गाडी घेण्याबद्दलचे आणि गुंतवणुकीचे निर्णय चुटकीसरशी घेते. तिला लाईट बल्ब बदलायला किंवा एयरपोर्ट वर रात्री ३.३० ला जाण्यासाठी कोणाची मदत लागत नाही.

अर्थात, आपल्या देशात एकट्या बाईने राहणे तितकेसे सोपे नाहीए. भाडेकरू म्हणून राहत असतांना, कधीतरी घरमालकाला, भाड्याबद्दल चर्चा करायला म्हणून तुम्हाला संध्याकाळी भेटायचे असते, तसेच रात्री उशिरा घरी जात असतांना पोलिसांना तुम्ही एकट्या रात्री कुठे फिरताय ते जाणून घ्यायचे असते. ट्रेन मधे शेजारी बसलेल्या

बाईला किंवा एखाद्या लग्नात भेटलेल्या काकूंना, 'तिने लग्न का केले नाही आणि तिला तिचं आयुष्य पुढे पळतंय याची काळजी आहे की नाही' हे सांगण्यात दमछाक होते. पण ही एकटी बाई हे समर्थपणे झेलत पुढे जातांना मी पाह्यलय.

''अरे, निम्मी बेटा, काल मी तुला साखरपुड्याला बघितले नाही. कशी आहेस तू?'' पम्मी नी माझ्या चुलत बहिणीला, निर्मलेला विचारलं. मी तिला बळजबरीने साखरपुड्याला आणल्यामुळे निर्मला माझ्याशेजारी मख्ख चेहरा करून उभी होती. मी काल तिला इथे येण्याबद्दल विचारले तेव्हा तिने कामाचं निमित्त सांगून यायला नकार दिला. गेले काही वर्षं मी बघत होते कुठल्याही कौटुंबिक समारंभांना किंवा गेट टुगेदरर्सना ती यायची नाही, याचं कारण म्हणजे तिथे तिच्या लग्नाबद्दल होत असलेल्या चर्चा. पण या लग्नाला मी तिचं काही एक ऐकलं नाही आणि तिला घराबाहेर खेचलं.

''मी ठीक आहे ऑन्टी. तुम्ही कशा आहात?'' खोटं हसत निम्मी म्हणाली.

''ओह मी ठीक आहे. दुसऱ्यांदा आजी झाले. तुम्हा मुलींनी ऐकलं असेल शिल्पाला मूल झालं मागच्या महिन्यात्त.'' अगदी कौतुकाने ऑन्टी म्हणाली.

''हो माहितीए. अभिनंदन.'' आम्ही दोघी कोरस मधे म्हणालो.

''आणि तुझं काय निम्मी? अजून लग्न नाही केलंस? तू का नाही कोणी चांगला मुलगा पाहून लग्न करत? एकटं राहणं चांगलं नाही. शिल्पा आणि तू एकाच वयाच्या असाल आणि बघ ती कुठे पोहोचली. दोन सोन्यासारखी मुलं आणि सुंदर कुटुंब.'' पम्मी ऑन्टी ने सरळ सरळ हल्ला चढवला. ''पण ऑन्टी वेळ कुठाय निम्मी ला लग्न करायला? तुम्ही नाही ऐकलं निम्मी कंपनीची व्हाइस प्रेसिडंट झालीए ह्या वर्षी आणि ती खूप बिझी आहे. जगभर फिरते आहे, लंडन, पॅरिस, न्यूयॉर्क!'' मी माझ्या बहिणीची कड घेत म्हटलं.

''पण हे सगळं काय तिची म्हातारपणी काळजी घेणारे? नवरा आणि मुलं नसतांना?'' पम्मी ऑन्टी उद्गारली.

नशिबाने नानी, नानी करत तिची नात तिच्याकडे आली आणि आमची सुटका झाली.

निम्मी मला दूर नेउन म्हणाली, ''मी म्हटलं होतं ना तुला, मला नको आणत जावूस असल्या ठिकाणी, सगळ्या म्हाताऱ्या डोकं खातील माझं आता!''

''सोड ग, दुर्लक्ष कर . चल, आपण चाट खायला जाऊ. मला माहितीए तुला आवडते.'' आणि पुढचा अर्धा तास आम्ही मस्त पाणी पुरी खात काढला.

''ओये निम्मी, निम्मी'' एक चिरका आवाज आला.

''ओह नो.'' आम्ही दोघी एकाच सुरात म्हणालो.

डॉली ऑन्टी. आमच्या जवळच्या कुटुंबाची ऑफिशल मॅचमेकर! ती निम्मीला बरंच समजावत आलीए आणि आता ती तिच्याकडे स्वतः च अपयश म्हणून बघते. एकदा कोणीतरी तिला असं म्हणतांना ऐकलंय की निम्मी च लग्न लावून दिल्याशिवाय तिला मरण येणार नाही. ते तिचं, निम्मीच्या आईवडिलांना देणं होतं. त्यांचंही लग्न हिनेच जुळवलं होतं.

मला नव्हतं माहित तू इथे असशील, नाहीतर आधीच भेटले असते. कालपासूनच तुला फोन करायचं मनात होतं. मी तुझ्यासाठी एकदम योग्य मुलगा शोधलाय निम्मी राणी! बँक मॅनेजर आहे. आणि त्या फालतू फॉरेन बँक्स नाहीत हं! आपली पंजाब बँक. तो खूप मोठ्या हुद्द्यावर आहे. सगळी अंधेरी ब्रांच त्याला रिपोर्ट करते. तो आत्ताच लुधियानावरून मुंबईला आलाय आणि एकटाच राहतोय, बिचारा. मला त्याच्या आईने परवा फोन करून त्याच्यासाठी लवकरात लवकर एक मुलगी शोधायला सांगीतलीए. तिने रडवेल्या स्वरात मला सांगितले डॉली, माझा मुलगा तुझ्या हातात दिला आहे त्याच्यासाठी मुलगी शोध. तो एकटं सगळं कसं करेल? त्याच्यासाठी जेवण कोण बनवेल?''

आम्ही हसत सुटलो, निम्मी जेवण बनवणार? जी मास्टर शेफ मधली एकच डिश बनवू शकायची 'उकडलेली अंडी!' (थोडाफार फरक म्हणजे कांदा घालून, न घालता, कधी टोबास्को सॉस, जळलेल्या टोस्ट बरोबर.)

''त्यात हसण्यासारख काय आहे'' डॉली म्हणाली. ''बरं, मला सांग, कधी ठरवू तुम्हा दोघांची मीटिंग मी?''

''पण तुम्ही त्याच्या आईला विचारलंत का की त्यांना अशी सून चालेल का जिला स्वंयपाक येत नाही, ती अधून – मधून कधीतरी सिगारेट ओढते आणि ड्रिंक घेते.'' मी ऑन्टी ला चिडवले. आणि हो, आणि त्यांच्या पगारातल्या फरकाचं काय? खूप शुन्यांचा फरक असेल. नवऱ्याला चालेल आपल्याहून अधिक मिळवती बायको?''

''अशा गतीने मग निम्मी ला कोणीच मिळणार नाही. तिला कुठे सापडणार आहे तिच्यापेक्षा अधिक कमावणारा मुलगा? त्या सगळ्यांची तर लग्न होऊन गेलीत.'' ऑन्टी आमच्याकडे बघत म्हणाली. ''आणि तिने तिच्या शरीराच्या घड्याळाचा विचार केलाय का? काय म्हणतात त्याला? काय ते बायॉलॉजिकल का शायालॉजिकल क्लॉक! आता सांगा, सांगा मला!''

निम्मीला आता खूप झाले होते. ती म्हणाली, ''काळजी करू नका ऑन्टी, मी कधीची तयार आहे. आणि मी अमीर ला पण फोन केलाय, जसा तो त्याच्या सिनेमातून मोकळा होईल तो त्याचे स्पर्म्स मला दान करणार आहे. कल्पना करा, तुम्ही आमिर च्या मुलाची आजी व्हाल.'' नाक उडवत निम्मी निघून गेली.

डॉली ऑन्टी काळी –निळी पडली, ''काय बोलता तुम्ही हुः'' असं म्हणत ती दुसऱ्या दिशेने निघून गेली.

अजूनही भारतात आणि इतर आशियाई देशात एकटं असणं हा सामाजिक धब्बा आहे. हे फक्त समाजाकडूनच नाही तर कुटुंब आणि मित्र –मैत्रिणी यांच्याकडूनही या दबावाला बळी पाडलं जातं. आईवडिलांची काळजी, मित्रमैत्रिणींची चिंता , नातेवाईकांनी केलेली टवाळी आणि शनिवारी रात्री सगळे जण आपल्या कुटुंबासमवेत मजा करत असतांना सहन करावा लागणारा एकटेपणा. हे सगळं फार अवघड असू शकतं.

या सगळ्या पलीकडे जाऊन, आयुष्याच्या प्रत्येक आव्हान झेलण्याचं धैर्य तिच्यात आहे. तिला जे बरोबर वाटते तेच ती करणार, कुठलीही तडजोड करणार नाही हे ती समाजाला ठणकावून सांगते हे खरोखरी कौतुकास्पद आहे. स्वतःच्या नशिबाचा ताबा घेतलेल्या यशस्वी स्त्रियांचं प्रतिक ही एकटी, अविवाहित स्त्री आहे.

हिचा झेंडा कायम उंच राहो !

व्यावसायिक मंत्र

* जर तुम्ही तिथे एकट्या, धैर्याने तुमचं आयुष्य तुम्हाला हवं तसं जगात असाल आणि कधीतरी वैतागत असाल, एकटेपणा वाटत असेल तर .

* लक्षात ठेवा, आम्ही इथेच तुमच्या भोवती आहोत तुमचं कौतुक करत, तुमच्यासाठी उभे राहात!

* लग्न झालेल्या स्त्रिया तुम्हाला नेहमी हेच सांगतील की त्यांची बाजू कशी जास्त बरोबर आणि चांगली आहे पण खरंतर त्यात थोडा तुम्हाला मिळत असलेल्या स्वातंत्र्याचा हेवा असतो.

* आणि असं समजू नका कि तुम्ही एकट्याच आहात. आजूबाजूला खूप अशा बायका आहेत ज्या तुमच्या पाऊलावर पाऊल ठेवून चालतायेत तेव्हा, मजा करा!

२६

विटा आणि दगडांनी माझी हाडं मोडणार नाहीत

अश्मयुगीन पुरुष

दिल्ली ऐयरपोर्टच्या लाउंज मधे जवळ जवळ वीस वर्षांनी मला माझा एक वर्गमित्र भेटला. माझ्या बरोबर 'आयआयएम' मधे स्वतः ला अति शहाणे समजणाऱ्यांचा एक ग्रुप होता त्याचा हा म्होरक्या.

काही औपचारिक बोलणं झाल्यावर आणि तो हिस्सार मधे एका ट्रॅक्टर कंपनीत सेल्स हेड आहे असं त्याने मला सांगून झाल्यावर आमचं संभाषण काहीसं असं झालं.

तो : तुला माहितीए, गेले काही वर्षं मी तुझं करिअर अगदी जवळून निरखत आलोय.

मी : सभ्यतेचं हसू चेहऱ्यावर.

तो : मला वाटतं तू आधी झी टी. व्ही ची हेड होतीस, नंतर झूम टी. व्ही. सुरु केलंस आणि आता रेडीओ सिटी ची सी.ई.ओ. आहेस बघ सगळं ठावूक आहे मला, माझ्याकडे बघत हसत म्हणाला.

मी : सभ्य हसू जरा कठीण झालं. (मला माहित नव्हतं काय प्रतिक्रिया द्यायची कारण हे संभाषण कुठे जाईल याचा काही अंदाज येत नव्हता.)

तो : मग मला सांग, तू पूर्ण वेळ काम करतेस की अर्धा दिवस?

माझे डोळे आश्चर्याने मोठे झाले आणि मला कळलं नाही कि हसावं, रडावं की त्याला थप्पड लगवावी. तुम्ही कधी अर्ध वेळ काम करणारा सी.ई.ओ. पाहिला आहे?

किंवा पार्ट टाइम सेल्स किंवा मार्केटिंग हेड? असं शक्य आहे? एवढी मोठी संस्था मी कशी चालवतीए असं त्याला वाटलं? माझ्या किटी पार्टीतून? का सोमवार, बुधवार आणि शुक्रवार जेव्हा मला योगा चे क्लासेस नसतात तेव्हा?

मी एकदम वीस वर्षं मागे गेले. कॅम्पस वर, जिथे मी आयुष्यात पहिल्यांदाच आणि शेवटचाच स्त्री–पुरुष भेद अनुभवला. १२० जणांच्या वर्गातल्या १० मुलींपैकी मी एक मुलगी. मला मी कायम मायक्रोस्कोप खालचा एक किडा वाटायची. त्या अतिशय स्पर्धात्मक वातावरणात, आम्ही मुली असल्यामुळे आम्हाला बाकीच्या इतर विद्यार्थ्यांपुढे थोडे कमी लेखले जायचे.

पण सुदैवाने गेल्या २३ वर्षांच्या नोकरीत परत कधी अशा स्त्री–पुरुष भेदाला मला सामोरं जायला लागलं नाही. असंही असेल की मी ज्या उद्योगामधे आहे तिथे पहिल्यापासूनच स्त्री कर्मचारी भरपूर आहेत किंवा माझं नशीब चांगलं की मला चांगली लोकंच भेटली किंवा मला कुठल्या लैंगिक सूचकतेचा पण सामना करायला लागला नाही.

आपण जसं जसं यशाच्या पायऱ्या चढायला लागतो तस–तसे आपल्याला हिस्सार सारखे अश्मयुगीन मानव भेटतात, जे आय.आय.एम. सारख्या प्रथितयश संस्थेतून पदवीधर झाल्यानंतर सुद्धा बायका ह्या ऑफिस मधे करमणुकीसाठी येतात आणि पुरुष तिथे फक्त महत्वाची कामं करतात जसे ट्रॅक्टर विकणे वगैरे असं समजतात.

आणि दुसऱ्या टोकाला मग स्त्री मुक्ती वाल्या ज्यांची समजूत असते की पुरुष ह्या पृथ्वीवर फक्त बायकांचा नाश करण्यासाठीच अवतरला आहे आणि बायकांवर हल्ला करण्यासाठी दबा धरून बसला आहे. याचा अर्थ ज्यांना स्त्री–पुरुष भेदाचा कटू अनुभव आलेला आहे त्यांच्याकडे मला बोट दाखवायचे नाहीए पण कट्टर स्त्री मुक्ती वाल्या हे सगळं पार टोकाला नेतात.

मी ज्या एका संस्थेसाठी काम केलं तिथे मी वरिष्ठ महिला कर्मचारी होते आणि संस्थेला योग्य असणाऱ्या अनेक चर्चा सत्रांना मला बोलावले जायचे. ज्या कोणाला ऐकण्यात गम्य होतं तिथे मी माझे दृष्टिकोन आनंदाने मांडते. (आतापर्यंत तुम्हाला कळलेच असेल की सी.ई.ओ. फक्त तेवढेच करतात!) एका अशा चर्चा सत्राला जाण्याचे मात्र मी टाळले कारण त्याचा विषय होता, 'नोकरीच्या ठिकाणी होत असलेली लैंगिक छळवणूक व त्याचा सामना कसा करायचा असा काहीसा होता. मी हा अनुभव स्वतः कधी न घेतल्यामुळे किंवा माझ्या जवळच्या व्यक्ती बाबतीत घडतांना न बघितल्यामुळे

मी आयोजकांना सांगितले कि मला या विषयावर बोलता येणार नाही. तिला धक्का बसला. ती माझ्याकडे आश्चर्याने पाहत राहिली.

''पण हे खरंय,'' मी तिला म्हणाले.

''याचं कारण आहे की तुम्ही कायमंच मोठ्या अधिकारी पोस्ट वर होतात. तुम्हाला हे कसं समजणार? कनिष्ठ कर्मचाऱ्याला ह्या गोष्टींना तोंड द्यायला लागतं.''

''हो पण मी काय कायमंच ह्या पोस्ट वर नव्हते. मी पण एक प्रशिक्षणार्थी म्हणून खालपासूनच सुरुवात केली पण मला कधी कुठे असा त्रास झाला नाही.'' मी तिच्या उत्तराला प्रत्युत्तर देत म्हणाले.

''मग तुम्हाला लैंगिक छळ म्हणजे काय हेच माहित नसेल. प्रत्येक वेळी पुरुष तुम्हाला हे, तू सुंदर दिसतीयेस असा म्हणतो किंवा स्वीटहार्ट म्हणून हाक मारतो तेव्हा तो पण लैंगिक छळच असतो.''

मला खळखळून हसूच आले. ती आस्थेवाईक होती पण मूर्खही होती. जर तसं असेल तर माझ्या विरुद्ध पण लैंगिक छळाची केस लागू शकते. मला रिपोर्ट करणाऱ्या बहुतेक मुलांना मी कधी न कधी 'राजा' म्हणून संबोधले आहे आणि जर ते कधी चांगले दिसत असतील तर मी आवर्जून त्यांना तसे सांगितलेही आहे. असं म्हणून मी त्या अतिसहिष्णू पासून दूर पळाले.

दोघेही, 'अश्मयुगीन मानव' आणि 'अतिसहिष्णू स्त्रीमुक्तिवादी' माझ्या मतानुसार दोन टोकाच्या भूमिका आहेत, फारच प्रतिगामी. सत्य परिस्थिती यापेक्षा खूपच वेगळी आणि आधुनिक आहे.

पुरोगामी स्त्रीला आता या सत्याची जाणीव होतेय की स्त्री चा हक्क आणि तिचा आदर याचे सरसावून रक्षण करणे सुरुवातीच्या काळात जरुरी होते पण आता काळाच्या ओघात तिला पुरुषाच्या प्रत्येक चालीवर बारीक लक्ष ठेवण्याची गरज नाही.

मला माहितीए कधी कधी बायका, पुरुष त्यांना जे मेहेरबानी केल्यासारखं वागवतात त्यामुळे त्रस्त होतात, माझं त्यांना सांगणं आहे की आपण जेव्हा अशा आव आणणाऱ्या पुरुषांना भेटतो तेव्हा आपण त्यांची मतं दुर्लक्षित करायला हवीत. आपला राग दाखवून आपण त्यांना जास्तच महत्व देतो. आपण आता इतक्या वर पोहोचलोत जिथून आपण त्यांच्याकडे खाली पाहू शकतोय आणि आपल्या चपलेच्या हिल्स नी चिरडून टाकू शकतोय.

उदा. जेव्हा राजकारणी, कॉलेज चे प्रिन्सिपॉल किंवा पोलिस अधिकारी स्त्रियांनी काय खावे, प्यावे (मटण आणि दारू नक्कीच नाही), त्यांनी कुठे असावे (नक्कीच बार किंवा क्लब नाही) आणि त्यांनी काय घालावे (शक्यतो बुरखा) अशी मतं व्यक्त करतात तेव्हा स्त्रीमुक्तीवाल्या संस्था याबद्दल रस्त्यावर मोर्चे घेऊन उतरतात. ही माझ्या मते चुकीची प्रतिक्रिया आहे.

व्यक्तिगतरित्या, मला वाटते आपण असल्या मतांना आजिबात महत्व देऊ नये. याउलट पुरुषांच्या संस्थांनी याबद्दल निषेध नोंदवायला हवा. हे बायकांपेक्षाही पुरुषांसाठी जास्त अवमानकारक आहे; कारण हे म्हणजे सगळ्या पुरुषंना एकाच कळपात घालणे होते जिथे त्यांना त्यांच्या नैसर्गिक भावनांवर ताबा ठेवणे कठीण होते आणि थोडी कातडी दिसताच ते बाई वर हल्ला करतात.

माझ्या ओळखीतले बहुतेक पुरुष हे सभ्य, देवभोळे, रोज उठून घर चालवण्यासाठी नोकरी धंद्याला जाणारे, कुटुंबाची काळजी घेणारे आणि सचिनचे शतक व्हावे म्हणून प्रार्थना करणारे आहेत. आणि मला वाटते बरेचसे पुरुष याच ग्रुप मधले असावेत. म्हणून त्यांच्या कुठल्याही छोट्या कृतीचा अर्थ आपण कामासक्त असा लावला किंवा छोटा स्कर्ट बघितल्यावर त्यांचा विवेक संपतो असे म्हटले तर ती अतिशयोक्ती होईल. जर आपल्या संस्कृती रक्षकांना असे वाटत असेल की बिचारे पुरुष स्वतः ला सांभाळू शकत नाहीत तर स्त्रियांकडे बोटं दाखवण्यापेक्षा त्यांनी पुरुषांची कामेच्छा कशी मर्यादेत आणता येईल ते पाहायला पाहिजे. पुरुष शुद्धता बेल्ट असं काही बनवता आलं तर त्यांनी बनवायला हवं. (आपले क्रिकेटर्स जसे सुरक्षाकवच लावतात तसे). अशा उपायामुळे आपण पुरुषांना स्त्री च्या मोहात पडण्यापासून वाचवू शकतो. जर कुणाला आदम चा हात बांधता आला असता तर तो काही सफरचंदापर्यंत पोहोचलाच नसता आणि आपण आज सगळ्याजणी स्वर्गीय सुखात राहिलो असतो.

आपण यशस्वी स्त्रियांनी एक ठरवूयात की अति प्रतिगामी पुरुष आणि अतिसहिष्णू (भावनिक) बायकांपासून आपण त्रास करून घ्यायचा नाही. आपण स्वतः च्या बुद्धीने आखलेल्या मार्गावर मार्गक्रमण करत राहायचे.

व्यावसायिक मंत्र

✳ बायका विचारांत आणि कृतीत कितीतरी पुढे गेल्या तरी पुरुष अजूनही अश्मयुगातंच राहाताएत. त्यामुळे त्यांच्या मतप्रदर्शनचा त्रास करून घ्यायचं काही कारण नाही.

✳ बायका वश करतात आणि पुरुष त्याला बळी पडतात, असा विचार करून पुरुष स्वतः लाच कमी लेखतात.

२७

आपल्याला राखीव जागा नकोतच

पुष्ट वक्ष पाहिजेत

एका राष्ट्रीय वृत्तपत्रात मी जेव्हा 'पुष्ट वक्ष' पाहिजेत अशी हेडलाईन वाचली, मला जाणवले. मला इतके दिवस ज्याचा संशय होता ते मानववंशशास्त्रीय सत्य शेवटी सर्वेक्षणाने ने बाहेर आलं. भारतीय पुरुषांना बाईच्या शरीराच्या वरच्या भागाबद्दल विशेष आकर्षण असते. ते साहजिक आहे कारण आपल्या पिढ्या न पिढ्या निरुपा रॉय ने छातीशी कवटाळलेल्या अमिताभला दु:खा च्या आकांताने 'बेटा' अशी हाक मारलेल्या सिनेमांवर पोसलेल्या आहेत. पण हे इतक्या उघडपणे, जणू काही घराच्या मधल्या खिडक्यांतून चड्ड्या वाऱ्यावर उडतायेत! मला जरा आश्चर्यच वाटले.

लेख जरा नीट वाचल्यावर मला खरी गोष्ट कळली आणि तीही काही कमी आश्चर्यकारक आणि विचित्र नव्हती. बीएसएफ (बॉर्डर सेक्युरिटी फोर्स) मधे बायकांची भरती करण्यासाठी गृह मंत्रालयाने एक पत्रक काढले होते आणि त्या मधे बायकांच्या निवडीचे निकष याची यादी दिली होती. त्यातला एक निकष होता की अर्जदार महिलेचे वक्ष पुष्ट हवेत.

आता हे वाचून दोन प्रश्न पडतात. एक म्हणजे, हा हुकुम तयार करतांना गृह खातं नक्की काय विचार करत होतं आणि दुसरा म्हणजे, अशा 'उपजत देणगी मिळालेल्या' बायकांची निवड करून, त्यांनी बी.एस्.एफ. मधे नक्की काय करणं अपेक्षित होतं? माझ्या सुपीक डोक्यात मला काही अभिनव उत्तरं सुचली आणि माझं मन विचलित झालं.

पुढे अजून चौकशी केल्यावर कळले की मंत्रालयाने जे पत्रक पुरुष उमेदवारांसाठी

काढले होते, बायकांचे अर्ज मागवण्यासाठी पण तेच पत्रक वापरले गेले. अशा रीतीने ही वर उल्लेखलेली गरज!!

बायकांसाठी पत्रक काढतांना, संसदीय कमिटीने सगळे निवडीचे नियम तपासल्यानंतर, बायकांबद्दल काही आक्षेपार्ह लिहिलं नाही हे बघितलं गेल्यानंतर ही तऱ्हा!

हा फक्त भाषेचा प्रश्न नाहीए. त्याहून मोठा मुद्दा आहे. आपण आपल्या केबिन मधे बसून जेव्हा लिंग समावेशक धोरणं आखतो तेव्हा, इतक्या धैर्याने अशा क्षेत्रात येणाऱ्या महिलांसाठी काय आपण काही असे बदल करतो आहोत का की जे त्यांना व्यवस्थित सामावून घेतील? उदा. बायकांना बीएसएफ ने रहायला दिलेली घरे त्यांच्यासाठी सुरक्षित आहेत का? हि खातरजमा केली आहे का? त्या जेव्हा कर्तव्यासाठी बाहेर जातात तेव्हा त्यांच्या विशेष गरजांची दखल घ्यायला योग्य पायाभूत सुविधा आहेत का?

एका स्त्री ने मधे मला सांगितले की तिला बरेचदा पोर्ट ऑथॉरिटीच्या ऑफिस मधे मिटींग्स करता जावे लागते आणि तिथे बायकांकरता स्वच्छतागृहच नाहीत. अशावेळी दिवसभराच्या मिटींग्स कशा पार पाडायच्या?

खेड्यामधे, शाळेतून गळणाऱ्या मुलींची वाढती संख्या ह्याला कारणीभूत स्वच्छतागृहांचा अभाव हाच आहे. अगदी अडचण म्हणून मुलं शेतात जाऊ शकतील, पण मुली?

कुठल्या गोष्टी, स्त्री ला कामाच्या ठिकाणी यशस्वी व्हायला मदत करू शकतात या विचारांचा अभाव परत एकदा अधोरेखित झाला तो गुरगाव सारख्या शहरात झालेल्या एका घोषणेने! (गुरगाव ला शहर म्हणावे की नाही हा प्रश्नच आहे कारण तिथली कितीतरी लोकं जंगलात राहत असल्यासारखीच वागतात.) तर ती घोषणा अशी होती की मॉल्स आणि इतर कामाच्या जागी बायकांना ८ नंतर काम करू दिले जाऊ नये. कारण ती लोक ८ नंतर घरी जाणाऱ्या महिलेच्या सुरक्षिततेची जबाबदारी घेऊ शकत नाहीत. अस्वलांच्या वेशातील पुरुष, ८ वाजले की शिकार कधी येतीए याकडे डोळे लावून बसलेले असतात, बहुतेक! आणि मग उंदरांचा नायनाट करण्याऐवजी नेहमीप्रमाणे चीज कुलुपात ठेवले जाते.

पण ह्या घोषणा करणाऱ्यांनी हा विचार कधी केलाच नाही की अशामुळे बायकांना नोकरी मिळणे अजूनच दुरापास्त होईल. अजून पुढे जाऊन हा तर्क भविष्यकाळात

बायकांसाठी अजूनच भयानक ठरू शकतो. शिक्षा न झाल्याने आणि ताबा नसल्याने पुरुष दिवसेंदिवस अजूनच बेताल होत जाईल आणि बायकांवर जास्त जास्त बंधनं येत जातील. असा दिवस दूर नसेल जेव्हा बायकांना घराबाहेर पडणे अवघड होईल, जर जायचेच असेल तर बुरखा आणि सुरक्षा रक्षकासाहित!

ही घोषणा नंतर रद्द करण्यात आली पण ही अशी घोषणा होऊच कशी सकते? यावरुन स्त्रियांच्या काम करण्याबाबतच्या धोरणांमध्ये किती अपरिपक्वता आहे हे दिसतं.

जेव्हा केव्हा समावेशकतेचा मुद्दा सामजिक व्यासपीठावर चर्चिला जातो तेव्हा समोर हेच येते की बायकांच्या कामाच्या ठिकाणच्या खऱ्या अडचणी पूर्णपणे दुर्लक्षिल्या गेल्या आहेत आणि ही नुसती पोकळ बडबड आहे.

एका महिला कमांडर, जी व्यावसायिक विमानसेवेत होती तिची एक गोष्ट आहे. तिला तिचा टर्न म्हणून प्रमोशन मिळालं (हे वैविधिक लक्ष्य पूर्ण करायचे म्हणून !)

आणि तिचा अनुभवही प्रमोशन मिळावे इतका नव्हता, पण लवकरच येणाऱ्या महिला दिनाच्या तोंडावर तिला प्रमोशन देणे आवश्यक होते!

या गोष्टीतली सत्यता मी पडताळून पहिली नाही. पण, असले लाक्षणिक प्रमोशन्स आणि राखीव जागा ह्या पुढे जाऊन नुकसानच करतात. आता ही गोष्ट आपण खरी मानली तर पुढे येणाऱ्या खरोखर गुणी आणि योग्य पुरुष आणि महिला कमान्डर्स साठी हे अवघड असेल. वैविध्य म्हणून आणि राखीव जागा भरायच्या म्हणून जर अकार्यक्षम लोकांना प्रमोट केले तर आपण चूक करू.

माझी सत्ताधारकांना नम्र विनंती आहे की, आम्ही जशा आहोत तशा आम्हाला राहूद्यात. तुमच्या राखीव जागांची काठी आम्हाला नकोय. आम्ही समर्थ आहोत फक्त तुम्ही जर तुमची शक्ती आम्हाला पायाभूत सुविधा पुरवण्याकडे लावली तर आम्ही रात्रीही निर्धोकपणे प्रवास करू शकू.

आणि आता, प्रिय पुरुषांनो (मला आशा आहे की तुम्ही हे वाचत असाल). तुमची गुप्तता माझ्याकडे सुरक्षित आहे. मला आनंद होतोय हे सांगायला की, अजूनपर्यंत कुठल्याही संशोधकाला तुम्ही दिवार, मदर इंडिया, सुहाग आणि शक्ती मधले आई मुलाचे जुन्या भावना जागृत करणारे सीन्स पाहत असतांना तुमच्या मनात नक्की काय विचार होते हे सापडले नाहीए.

व्यावसायिक मंत्र

* राखीव जागांबद्दल आजकाल खूप चर्चा होतायेत, जेणेकरून बाईला मागासलेल्या सद्य परिस्थितीतून बाहेर पडायला मदत होईल. पण माझं स्पष्ट मत आहे की राखीव जागा ह्या फक्त लाक्षणिक आहेत आणि पुढे जाऊन त्या फक्त आपल्याला पांगळ्या करतील.

* त्यापेक्षा ज्या मूलभूत अडचणी आहेत, पायाभूत सुविधा आणि सुरक्षिततेच्या, त्या दूर केल्यास जास्त बरे होईल.

* जर तुम्ही राखीव जागा मिळालेल्यापैकी एक असाल तर कृपा करून तुमचं काम नीट करून दाखवा, म्हणजे अजून बायकांना ही संधी देता येईल.

२८

पुढच्या पिढीचे संगोपन

गोड आणि धोंड मुलांचे

एकदा मला एका फॅशन शो चा परीक्षक म्हणून बोलावलं होतं, आणि कल्पना करा, मॉडेल्स कोण असतील? तर पुरुष 'सीएक्सओज्'! कार्यक्रम छानच आयोजित केला होता. आणि तिथे परीक्षकांच्या मधे सगळ्या स्त्रियाच होत्या. त्यात माजी मिस इंडिया आणि एक नावाजलेला फॅशन डिझायनर आणि मी, अशी वैविध्यपूर्ण लोकं होती– तरुण ते मध्यमवयीन ऑन्टीज, कॉर्पोरेट मधल्या ते फॅशन मधल्या स्त्रिया!

सहभागी झालेले सुद्धा खिलाडू वृत्तीचे पुरुष होते. टॉल, डार्क आणि हॅंडसम! गोल –मटोल आणि दाढी नसलेले तरुण मुलं , धसमुसलेले, गूढ आणि भावखाऊ, तगडे तरुण. बंडाना आणि लांब केस असलेले आणि प्रेक्षकांकडे पाहून हवेत चुम्बनं फेकणारे.

सगळे राउंडस परीक्षित करून झाले– औपचारिक राउंड, अनौपचारिक राउंड आणि प्रश्नो–त्तरांचा राउंड. (नशिबाने तिथे स्विम वेअर राउंड नव्हता. (पुरुषांचं शरीर, सौंदर्य आणि आनंदाची गोष्ट नसते फार काळ!) मग आम्ही आमची डोकी खाली घालून आकडेमोड केली आणि निकाल ठरवला. माझं पुराणमतवादी पार्श्वभूमी आणि मातृत्वतेचा कल बघता स्वाभाविकपणे चांगल्या, स्वच्छ आणि सभ्य मुलाला मी जास्तीत जास्त मार्क दिले.

मला आश्चर्याच वाटलं, इतर दोघींनी पण अशाच प्रकारच्या मुलाला मार्क्स दिले, थोडक्यात, आमचं एकमत झालं आणि आम्ही मिनिटभरात निकाल द्यायला तयार

झालो. आम्ही तिघी जणी इतक्या वेगळ्या पार्श्वभूमी असलेल्या, वेग-वेगळी कामं करणाऱ्या आणि वेगळ्या जाणीवा असलेल्या होतो, तरीही स्पर्धेत योग्य पुरुष निवडण्यात आमचे एकमत झाले.

संशोधक आणि प्रेमकथा लिहिणारे लेखक यांच्यानुसार बहुतेक बायकांना तगडे, गंभीर आणि खोल भूतकाळ असलेले पुरुष आवडतात पण आज मला दाखला मिळाला की बायकांचं हृदय सभ्य आणि गोड अशा बॉय नेक्स्ट डोअर साठी पण धडधडतं ! खरंच, आईवडिलांना दाखवायला घरी घेऊन जावा प्रकारात मोडणाऱ्या मुलाने, फक्त बॉयफ्रेंड म्हणून ठीक इतर कशासाठीही अयोग्य अशा प्रकारच्या मुलाला सरळ सरळ पराजित केले.

एक आई आणि बहिण म्हणून आपले कर्तव्य आहे की आपण आपल्या भावांना आणि मुलांना चांगली मुले व्हायला शिकवले पाहिजे जेणेकरून मुलींच्या लक्ष वेधून घेण्याच्या स्पर्धेत ते कायम पुढे राहतील. आपल्या देशातील लैंगिक दर हा पुरुषांच्या बाजूने झुकलेला आहे. लवकरच, स्त्री ही विरळा जात असेल. असे असतांना मग आपल्याला आपल्या मुलांना लग्नाच्या दृष्टीने जास्तीत जास्त लक्षवेधी बनवले पाहिजे, म्हणजे मग ते त्यांच्या लग्नाची योग्य वेळ आली की नुसतेच शेल्फ वर पडून राहणार नाहीत, लग्नाच्या बाजारात त्यांना चांगला उठाव मिळेल.

नव्या पिढीतल्या मुलांना स्त्री चा एक समान भागीदार म्हणून आदर कसा करायचा हे शिकवले गेले पाहिजे. मला जेव्हा केव्हा लोकं या प्रकारच्या संगोपनाविषयी बद्दल मत विचारतात तेव्हा मी हे संगोपन आपल्याला स्त्री च्या नव्हे तर पुरुषाच्या बाबतीत करायला हवे. जर आपल्याला दोघांसाठी एक समान जग उभं करायचं असेल तर, पुरुषांच्या मनात स्त्री बद्दलच्या जाणिवा समृध्द करायला हव्यात. माझ्या नवऱ्याला लहानपणापासून या गोष्टीची शिकवण दिली त्याबद्दल मी माझ्या सासूचे आभार मानते. मला इतका पाठींबा देणारा नवरा मिळण्याचे कारण त्याच्या संगोपनामध्ये आहे. आपल्या सुना आपल्या बद्दल हेच म्हणतील? मला शंका आहे?

लाडावलेला मुलगा मोठा होऊन लाडावलेला पुरुषच होणार आहे. ज्या मुलाला आपली आई, बहिण आणि काकू यांना आपल्या तालावर नाचवायची सवय लागली आहे तो आपल्या बायको कडून आणि मुलीकडून तीच अपेक्षा ठेवणार. वडील आपल्या आईला अनादराने वागवतात हे ज्या मुलाने बघितले आहे तो पुढे जाऊन तसेच आपल्या बायकोशी वागणार. हे अनाहतपणे असंच चालू न देण्याची जबाबदारी आपली आहे, दोर आपणच लवकरात लवकर कापला पाहिजे.

माझा मुलगा एक अत्यंत चांगला कुक होतोय, स्वावलंबी आहे, स्त्रियांबद्दल कुठलाही आकस नसलेला आहे, कारण लहानपणापासून त्याने त्याच्या घरात हेच वातावरण पाहिले आहे.

एकदा एका मित्राच्या घरी रात्री राहायला गेलेला सिद घरी आला आणि भोळसटपणे मला विचारले तुला माहितीए, ''मिहिर ची आई त्याच्या वडिलांना तुम्ही तुम्ही म्हणत होती आणि बेड वर चहा पण आणून देत होती,'' ते तिचा बॉस असल्यासारखी का ती वागत होती?

नवऱ्याला हे ऐकून मजाच आली आणि त्याने ह्याचा जोक करून सिद ला आणिक गोंधळात टाकलं. त्याने सिद ला सांगितलं की सगळ्या घरांमध्ये वडीलच बॉस असतात, फक्त आपल्या घरात सगळंच वेगळं आहे, कारण तुझी आई खाष्ट असल्या कारणाने मला इतके वर्षं वाईट वागवतीए.

मला सिद चा गोंधळ उडालेला पाहून बरंच वाटलं. एक गोष्ट स्पष्ट झाली की स्त्री आणि पुरुषाकडे बघायची त्याची दृष्टी अजून निर्भेय, निर्व्याज आणि समान होती. मी त्याची खात्री पटवून देणार होते की त्याची दृष्टी येणाऱ्या काळासाठी सत्य म्हणून अशीच राहील.

आमच्या बरोबर सहकारी आणि कनिष्ठांसोबत इतकी वर्षं काम केल्यानंतर ऑफिस मधले आमचे पुरुष एचओडीज्, स्त्रियांच्या प्रश्नांच्या बाबतीत इतके भावनिक बनले आहेत की जवळ जवळ आम्ही पण तुमच्या बरोबरीने 'सहिष्णुता वाद' भोगतो. असा विनोद करतात. कनिष्ठ स्त्री कर्मचारीला, नव्या बाळाला भरवण्यापासून, त्यांच्या शाळेचा प्रवेश ते अगदी सासऱ्यांशी कसे वागावे याचे धडे देतांना मी त्यांना पहिले आहे.

यशस्वी स्त्री ची महत्वाची जबाबदारी पुढच्या पुरुष पिढीचे संगोपन करणे ही असते. म्हणजे ते स्त्रीचा आदर करायला शिकतात म्हणूनच मी सगळ्या अशा स्त्रियांना आवाहन करते की त्यांनी त्यांच्या मुलांना स्त्री ला बरोबरीने कसे वागवायचे हे शिकविले पाहिजे, म्हणजे स्त्रीच्या पुढच्या पिढीला ते दुःख भोगायला लागणार नाही जे तिच्या आधीच्या पिढीने भोगले. आणि तुम्हालाही अशीच माझ्या सारखी सून मिळेल जी आभारप्रदर्शन लिहिते आहे.

आणि जे पुरुष हे वाचाताएत, माझा तुम्हाला निरोप आहे, ती लेदर जॅकेट्स फेकून द्या, टॅट्यूज् मिटवून टाका, केस बारीक कापा आणि अंगावरची घाण उतरवून रोज

स्वच्छ दाढी आणि अंघोळ करा. आणि हो, आई च ऐका. हेच सत्य आहे की 'गुड बॉईज् विल ऑलवेज फिनिश फर्स्ट!'

व्यावसायिक मंत्र

* यशस्वी स्त्री ची जबाबदारी पुरुषाची पुढची पिढी घडवण्याची करण्याची आहे. जेणेकरून ते मोठे झाल्यावर स्त्री ला पुरुषाच्या बरोबरीने वागवतील. तुम्ही आई आणि बहिण म्हणून कसे वागता यावर पुढे दुसऱ्या स्त्री बरोबर असलेले त्यांचे संबंध अवलंबून असतील.

* तुमच्या मुलाला स्वयंपाक करायला, घरकाम करायला आणि त्याचा टॉवेल उचलायला शिकवा आणि तुमच्या होणाऱ्या सूनचे हृदय आत्ताच जिंकून घ्या !

२९

नावलौकिक बनवा, बायो-डाटा नाही

वीस वर्षांनंतर लोकं तुमच्याबद्दल काय म्हणतील ?

''इक बार वक़्त से, लम्हा गिरा कहीं, वहां दास्तान बनी, लम्हा कहीं नहीं.'' गोलमाल सिनेमातल्या आनेवाला पल मधल्या ह्या गुलझार च्या ओळी आहेत. फक्त तेच हे लिहू शकतात, छान आहेत वाक्य, वेळे मधून एक क्षण गळून पडतो आणि त्या क्षणात त्याची एक गोष्ट बनून जाते.

आपल्या आयुष्यात सुद्धा असे काही क्षण येतात, ज्यापासून पुढे अनेकविध गोष्टींची साखळी सुरु होते जी आपण त्यावेळी सांगू शकत नाही. बोटांतून वाळूचे कण निसटावेत त्या सहजतेने ते क्षण येतात आणि जातात आणि त्यावेळी त्यातला आयुष्य बदलवणारा क्षण नक्की कोणता हे आपल्याला सांगता येत नाही. मला माझ्या आयुष्यातला असा एक प्रसंग आठवतोय ज्याचे परिणाम मला खूप नंतर जाणवले आणि त्याचा माझ्या करिअर वर नाट्यमय परिणाम झाला.

बऱ्याच वर्षांपूर्वी माझ्या नवऱ्याने नोकरी बदलल्यामुळे, मी आणि तो चेन्नई ला स्थलांतरित झालो. आधी काम केलेल्याच एका जाहिरात कंपनीत मला जॉब मिळाला. पण मुंबईतल्या मानाने, तिथे माझा रोल काही म्हणावा तितका आकर्षक नव्हता. मी अर्धा दिवस बिझी असे आणि मग त्यानंतर माझ्याकडे करण्यासारखे महत्वाचे काम कमी असे. माझ्यावर कोणाचीच नजर नसायची त्यामुळे मला कामा च्या ठिकाणी आराम करता आला असता. जितकं होतं तितकं काम संपवून मी ते वर्ष मजा करत, सुखाचे आणि आरामाचे काढले असते. पण कुठल्या राजेशाही कुटुंबात न जन्मल्यामुळे ती जीवनपद्धती मला रुचली नाही. मग मी मला सापडेल ते जास्तीचे काम करू लागले.

कधी मासिक बातमीपत्रक, कुठल्या तरी विभागासाठी विश्लेषण असं काही–बाही.

मग हळू हळू सगळ्या शाखा मधे शब्द पसरला की एक कुणीतरी अशी जास्त काम करणारी चेन्नई शाखेला आली आहे. मग सगळं जास्तीचं काम जे करायला कोणाला वेळ नसे ते माझ्याकडे येत. कंपनीच्या नव्या अध्यक्षांना काय चाललं होतं त्याची कुणकुण लागली आणि मग एजन्सी जी नवी जाहिरात बनवत होती ती सगळी माझ्याकडे येऊ लागली, त्या निमित्ताने माझी अध्यक्षांशी प्रत्यक्ष भेट व्हायला लागली. ते अत्यंत फास्ट होते काम पट्कन उरकायचे आणि नवी कामं मिळवण्याची त्यांची घाई असे त्यामुळे आम्ही दोघं एका आठवड्याला एक जाहिरात करत वाऱ्याच्या वेगाने काम करायला लागलो.

एके दिवशी मला त्यांच्या ऑफिस मधून फोन आला. बंगलोर मधे परवा एक तातडीच प्रेझेंटेशन आहे. तुला त्यासाठी तिथे असायला हवं.

पण मला मलेरिया झालाय. त्याच दिवशी सकाळी ते मला कळलं होतं.

''ओह, पण संजीव सर फिरतीवर आहेत. त्यांच्याशी माझा संपर्क होऊ शकत नाही. तुलाच काही तरी मार्ग काढायला लागेल. मला हा निरोप तुला देण्यास सांगण्यात आलाय.'' असं म्हणत पलीकडून आवाज बंद झाला.

फणफणत्या तापात, डोकं धरलं असताना आणि क्वोनाइनच्या डोस चे परिणाम सहन करत मी माझी जायची तिकिटं बुक केली आणि ठरलेल्या वेळेत तिथे जाऊन पोहोचले. फक्त इच्छाशक्तीच्या जोरावर मी तिथे उभी राहिले, प्रेझेंटेशन केलं आणि लवकरची फ्लाईट पकडून परत आले. मग मी स्वतःला नीट आजारी पडू दिले आणि बरं होईपर्यंत बेड मधून उठले नाही. आम्हाला ते काम मिळाले नाही पण आयुष्य चालत राहिले. मी तो प्रसंग विसरून गेले. एका वर्षानंतर मी आणि माझा नवरा परत मुंबईला शिफ्ट झालो आणि मी माझी पूर्वीची कंपनी परत जॉईन केली.

काही वर्षांनी मला संजीव चा फोन आला. तो आता एका मोठ्या मिडिया हाउस चा ग्रुप सी.ई.ओ. होता. त्याने मला सरळ मोठ्या हुद्द्याचा जॉब ऑफर केला. चेन्नई मधे तू ज्या पद्धतीने तुझी कामावरची निष्ठा दाखवलीस, अशी मी खूप कमी लोकं बघितली आहेत. मला तू माझ्या टीम मधे हवीस. मला अपॉटमेंट लेटर देता देता म्हणाला. आपण कामाच्या ठिकाणी फक्त बॉस ला प्रभावित करायला जात नसतो तर आपल्या आत कष्ट करण्याची जिद्द असते म्हणून आपण जातो आणि चेन्नई मधे मी तेच करत होते. मला कधीही वाटलं नव्हतं की माझी संजीव शी परत कधी भेट होईल, तो मिडिया हाउस चा

सी.ई.ओ. होईल आणि मला जॉब ऑफर करेल! पण आपल्याला हे ओळखायला हवं की आयुष्यात आपल्याला ठाऊक नसलेले क्षण हे कुणाच्या न कुणाच्या तरी बारीक नजरेखाली असतात आणि ते आपल्या भविष्यासाठी तारक किंवा मारक ठरतात. म्हणून आयुष्यातला प्रत्येक क्षण मौल्यवान आहे कामावरचा प्रत्येक दिवस तन्मयतेने घालवायचा. प्रत्येक क्षणाचे महत्व आपल्याला कळले पाहिजे आणि त्यामुळे आपल्या आजूबाजूच्या वातावरणात फरक पडला पाहिजे. असं करत असतांना आपल्या नकळत आपली लौकिक तयार होत असत. आपले सहकारी, बॉसेस, व्हेंडर्स आपली प्रतिमा बनवत किंवा बिघडवत असतात. मग दहा वर्षांनी लोकं म्हणतात, ती खूप कष्टाळू आहे, कडक, पण चांगली व्यवस्थापक आहे, तिचं काम तिला ठाऊक आहे. किंवा मग असंही म्हणतील की, ती अगदीच ढकलगाडी आहे, लोकांशी जमत नाही वगैरे वगैरे! यात आपण हवा असला तरी काही बदल करू शकत नाही, कारण आपण काळात मागे जाऊ शकत नाही आणि जे काय वागलो ते बदलूही शकत नाही आणि मग आपण पूर्वी घेतलेल्या निर्णयांच भाग बनून जातो. कष्टाळू किंवा कामचुकार!

सत्य हे आहे की चांगला लौकिक ही एका दिवसात होणारी गोष्टी नाही आणि वाईट गोष्टी हवेत भिरकावून संपत नाहीत. चांगला नावलौकिक व्हायला वर्षानुवर्षांचे श्रम कारणीभूत असतात.

एखादी चांगल्या नोकरीची ऑफर किंवा एक चांगली बिझिनेस मधली गुंतवणूक ही आकर्षक बायो डाटा ने मिळत नाही तर आपल्या इतक्या वर्षांच्या नावलौकिकावर मिळते.

म्हणून एक लक्षात ठेवूया, जेव्हा आपण प्रगती करण्याच्या धडपडीत आहोत, आपण याची खात्री केली पाहिजे की प्रत्येक क्षणाची आपण आपल्या लौकिकात भर घालतो आहोत आणि ते वजा करत नाही आहोत.

व्यावसायिक मंत्र

* आपण आपल्या आकर्षक बायो डाटा बनवायच्या नादात हे विसरतो की आपल्याला आपली प्रतिमा आकर्षक बनवायची गरज आहे.

* चांगला नावलौकिक एका दिवसात होत नाही. वर्षानुवर्षे कष्टाचे, करोडो क्षण तो बनवत असतात.

* जेव्हा कोणीच देखरेख ठेवत नसतांना किंवा नोटीस पिरीयडच्या काळात तुमची खरी किंमत ठरते आणि तुमच्या नैतिक, तात्विक काट्याची परिणामकारकता.

३०

छाती बडवणे ठीक आहे

यश साजरे करा

परवा मी आणि माझा नवरा कॉफी पीत बसलो होतो. शांत रविवार होता, हवेत किंचित गारवा आणि सगळं आजूबाजूला ठीकठाक चाललं होतं. मी पेपर मधून डोकं वर काढलं तर तो मला प्रेमाने निरखत होता. लग्नानंतरच्या दोन तपांनंतर मला हे असले कटाक्ष फार विरळा मिळतात. आता तुम्हाला कळले असेल की मी का विचलित झाले ते!

''काय विचार करतोयेस डार्लिंग?'' मी त्याला हळूच विचारले. मी काही कौतुकाचे शब्द किंवा प्रशंसोद्गाराची अपेक्षा करत होते.

नवरा हसला आणि म्हणाला, ''मी आपल्या आयुष्याचा विचार करतोय आणि मला जाणवले कि मी इतके वर्ष किती असाधारण नवरा आहे.

''कायं? असाधारण? ही अतिशयोक्ती नाही वाटत तुला? तू अगदीच वाईट नाहीयेस, मानलं, पण हि स्व: स्तुती अतिच होतीए.'' मला मागचे बरेच प्रसंग आठवले जिथे तो उत्तम नवरा ह्या व्याखेत बसला नव्हता.

पण नवरा त्याच्या स्वप्नात मधे गुंग होता, बहुदा दशकातील सर्वोत्तम नवरा असं बक्षीस तो स्टेज वर घेत होता.

स्वतः ची स्तुती करणं बऱ्याच पुरुषांना आवडतं, ज्यांना वाटत असतं की त्यांचा जन्म म्हणजे जगासाठी घडलेली फार मोठी गोष्ट आहे. आणि ही समजूत दूर करणारे त्यांना फार थोडे लोकं भेटतात. त्याउलट मुली स्वतःला कमीच लेखतात.

लहानपणापासून त्यांना शिकवण असते ती पाय दुमडून बसायची, हळू आवाजात बोलायची(जरी त्यांचे भाऊ दांडगाई करत असतील तरीही). थोडक्यात शरीराने आणि मनाने कमीत कमी जागा व्यापायची! म्हणून आपण अल्फा मेल ऐकलंय.अल्फा फिमेल कुणी ऐकलंय? कारण ती अस्तित्वातच नाही.

पुढच्या वेळी प्रवास करतांना तुम्ही विमानाच्या आसपास नजर टाका. तिथे तुम्हाला एखादा अल्फा मॅन दिसेल. तो ह्याची खात्री करून'घेईल की फ्लाईट मधल्या सगळ्यांना माहितीए की तो तिथे आहे. तो फ्लाईट मधे शेवटी चढेल, मोठ्या दोन बॅग चढवत असतांना तो फोन वर बोलत राहील. क्षमा न मागता तो लोकांच्या पायावर पाय देत पुढे जाईल. तो सगळ्यांबरोबर जेवण घेणार नाही, विमान उतरायच्या ५ मिनिटे आधी तो जेवण मागेल कारण ती वेळ त्याला जास्त सोयीस्कर आहे. तो त्याचा फोनची घोषणा होताच क्षणार्धात सुरु करेल जरी रात्रीचा १. ३० वाजला तरीही, हे बघण्यासाठी की त्याच्या आजूबाजूचं जग कोलमडून वगैरे तर नाही न पडलं! मला तर वाटतं अशी लोकं खोटे कॉल्स करत असतील, आजूबाजूच्या लोकांना हे दाखवून द्यायला की आपण व्हीव्हीआयपी आहोत म्हणून. आता या अघोरी वेळेला कुठला सहकारी किंवा बायको याच्या सूचना घेण्याच्या परिस्थितीत असेल?

माझ्या दुर्दैवाने मला अशी खूप लोकं फ्लाईट वर भेटतात. एवढ्यात फ्लाईट वर मला एक शमशेर नावाचा सह प्रवासी भेटला. त्याला वाटलं असेल की त्याने त्याच्या नावाला जागलं पाहिजे. त्यामुळे जितक्या वेळ फोन चालू ठेवणं शक्य होतं तितक्या वेळ त्याने त्याच्या बायकोशी, सहकाऱ्याशी, ड्रायव्हरशी, सेक्रेटरीशी चाललेल्या संभाषणात आम्हाला आमच्या इच्छेशिवाय सामील करून घेतलं. मग कनिष्ठाने दिलेल्या रेट वर तो खुश नव्हता, टिमोथी ची फ्लाईट चुकल्यामुळे त्याच्या सेक्रेटरीला त्याच्या राहण्याची, खाण्याची आणि वाहनाची करायची होती हे सगळं सगळं आम्ही ऐकलं.

रात्रीची उशिराची फ्लाईट ही बहुदा कॉर्पोरेट लोकांनी भरलेली असते जे कटकटीचा दिवस संपवून, दमून आलेले असतात. ज्यात एका मिटिंग हून दुसऱ्या मीटिंग मधे जाणे महिन्याची टार्गेट्स पुरी करणे, बोर्ड ने विचारलेल्या खोल प्रश्नांच्या सरबत्तीला उत्तरे देणे, अवघड वाटाघाटी करणे इत्यादी असतं, अशावेळी शमशेरच्या आयुष्याबद्दल, मग ते कितीही खुसखुशीत असो, कुणालाही जाणून घ्यायची इच्छा नव्हती. पण आम्हाला पॅराशुट ने उतरणेही अवघड होते!!

आता मला सांगा, तुम्ही असा प्रॉब्लेम कधी बाई सहप्रवासी असतांना अनुभवला आहे?

तुम्ही एखाद्या पुरुषाला विचारा की तुमची संस्था इतकी यशस्वी कशी काय झाली? तो तुम्हाला कमीत कमी एक तासाचं भाषण देईल ज्यात तो कसा महान आहे, त्याला कशी दूरदृष्टी आहे, स्पर्धेला तोंड द्यायला त्याने कोणती धोरण आखली आहेत वगैरे वगैरे . या संभाषणात 'मी' ह्या शब्दाचा जास्तीत जास्त उच्चार होतो.

या उलट बाई सी.ई.ओ.ला तुम्ही हाच प्रश्न विचारलात तर ती आधी गडबडेल, गोंधळून जाईल आणि नंतर ऑस्कर ला लाजवेल असं भाषण करेल. ती तिच्या आईवडिलांना, नवऱ्याला, माजी बॉय फ्रेंड्सना, घरातल्या मांजरींना धन्यवाद देईल आणि टीमचं, बॉसचं कौतुक करेल आणि देवाचे आभार मानेल. बायकांना स्वतः बद्दल बोलायला आवडत नाही, तसे केल्यास आपणच आपली टिमकी वाजवतोय असं लोकांना वाटेल अशी भीती त्यांना असते. त्याउलट पुरुष. स्वतः बद्दल बोलणे हा देवाने दिलेला अधिकार आहे असं ते मानतात. (आणि काय माहित, त्यात त्यांची काही चूक नसेलही)

तुम्ही जरा मागे गेलात तर तुमच्या लक्षात येईल आदिमानव (पुरुष) शिकारीसाठी बाहेर पडायचा. त्यासाठी त्याला आपल्या शत्रूपेक्षा किंवा शिकारी पेक्षा मोठे दिसणे भाग होते. म्हणून जोरात आवाज करणे, ड्रम बडवणे, चेहेरे रंगवणे क्रमप्राप्त होते. वरिष्ठपणा दाखविण्यासाठी छाती बडवणे आवश्यक होते. बाई त्यावेळी गुहेत बसून मुलांना वाढवू लागली. कोण राणी माशी आहे हे दाखवण्यापेक्षा त्या काळी सलोख्यात काम करणं महत्वाचं होतं. म्हणून तिनं तिचं कौतुक न करणं हेच रास्त होतं. पण आज काळ बदलला आहे. आज आपण शिकारीला कॉर्पोरेट जंगलात बाहेर पडलो आहोत. आपल्याला शस्त्र सज्ज असायला हवं.

मैत्रिणीनो, इथे शेवटचा धडा आहे तुमच्याकरता. जर तुम्ही काही मिळवलं असेल, कर्तुत्व गाजवलं असेल तर त्याबद्दल गर्व असू द्यात आणि त्याबद्दल बोलायला विसरू नका!

इथे तुम्ही कष्टाने पोहोचल्या आहात, काही जड सत्य पचवली आहेत आणि त्यांना पदरात घ्यायला पण शिकला आहात. तुम्ही घर आणि करिअर चा छान समतोल साधला आहात. ही वेळ आहे हे यश साजरं करण्याची. तेव्हा आपल्या बद्दल चांगल्या गोष्टी बॉसला, भागीदारांना आणि कुटुंबाला सांगायला मागे पाहू नका!

व्यावसायिक मंत्र

✱ तुमच्या टिमचं, ज्या लोकांनी तुम्हाला सहकार्य केलं त्यांचे आभार मानायला विसरू नका, कारण तेच एका चांगल्या व्यवस्थापकाचे काम असते. पण त्याच वेळी कधीतरी स्वतः ची पाठ थोपटायला पण विसरू नका.

✱ शपथ घ्या : रोज सकाळी ऑफिस ला जातांना, लिपस्टिक आणि पावडर लावतांना, तुम्ही स्वतः ला म्हणाल, मी ग्रेट आहे! कारण तुम्ही खरंच आहात!!

दहा धडे यशाचे

१. मी यशाच्या पायऱ्या जेव्हा चढत असेन तेव्हा मी किती नशीबवान आहे हे लक्षात ठेवेन.

जगातल्या खूप बायकांना शिक्षणाचा फायदा मिळाला नाही आणि शिक्षणाचा उपयोग आर्थिक स्वावलंबन मिळवण्यासाठी करता आला नाही. आपण आपल्याला भाग्यवान समजले पाहिजे.

२. मी स्वतः ला सांगेन की मी एक स्वतंत्र व्यक्ती आहे

घरातली एक बायको, आई, मुलगी हे नेहमीचे रोल बाजूला ठेऊन आपण आधी एक व्यक्ती आहोत ही भावना रुजली पाहिजे.

३. मी नियोजित वेळेच्या आधीच धावायची घाई करणार नाही

गरोदरपण आणि संगोपन यासाठी बायका वेळेच्या खूप आधीच तयारी सुरु करतात आणि मग त्यांचा करिअर मधला ब्रेक गरजेपेक्षा अधिक काळ लांबतो. हे करिअर मधल्या प्रगती साठी मारक ठरते.

४. बॉस म्हणून मला ठरवले पाहिजे की मी माझ्या कनिष्ठ पुरुषांना वेगळ्या पद्धतीने वागवेन.

कनिष्ठ पुरुष सहकारी आणि कनिष्ठ स्त्री सहकरी यांचे कळीचे मुद्दे वेगळे आहेत. आपण दोघांना वेगळ्या पद्धतीने हाताळले पाहिजे. हे आपल्या प्रोजेक्टच्या यशासाठी आवश्यक आहे.

५. मी एकटी, यशस्वी आणि स्मार्ट आहे

'एकटी यशस्वी महिला' ही स्वतः च्या आयुष्याचा ताबा घेणाऱ्या स्वतंत्र महिलांचं प्रतिक आहे. त्यांना सलाम !

६. अश्मयुगातील माणूस किंवा कडवे विरोधी यांना मी मला इजा पोहोचवू देणार नाही

प्रतिगामी पुरुष आणि कडव्या स्त्री मुक्तीवाल्या ह्या दोन्हीही टोकाच्या भूमिका आहेत. आपण त्यांना आपल्याला इजा पोहचवयाची संधी द्यायला नको.

७. यशस्वी व्हायला मला राखीव जागांची कुबडी नको

राखीव जागा या फक्त टेकू घेण्यापुरत्या आहे आणि पुढे जाऊन त्या आपल्या करिअर ला इजा पोहचवू शकतात. आपण गुणवत्तेवरच स्पर्धा जिंकुयात, राखीव जागांवर नाही.

८. माझ्या भोवतीच्या तरुण मुलांचं नीट संगोपन करून मी माझ्या पुढच्या पिढीतल्या बायकांचे ऋण फेडीन

तरुण मुलांनी बाई ला आदराने वागवावे आणि समान वागणूक द्यावी म्हणून मी संगोपन करीन.

९. जस-जश्या मी यशाच्या पायऱ्या चढतीए तस-तशी माझ्या लक्षात एक गोष्ट आलीए ती म्हणजे चांगली पत असणे हे चांगला बायो डाटा असण्यापेक्षा महत्वाचे आहे.

चांगली पत एक दिवसांत बनत नाही. कष्टाने कार्यरत असलेल्या करोडो क्षणांनी ती बनते.

१०. मी माझं यश उघडपणे साजरं करीन

आपलं यश साजरं करायची आणि त्याबद्दल बोलायची आपल्याला लाज वाटायला नको. या बाबतीत आपण पुरुषांकडून काहीतरी शिकूया!

समारोप

रात्रीचे ८ वाजलेत आणि मी ऑफिस हून येतांना ट्राफिक जाम मधे अडकलीए. आजचा दिवस जरा त्रासदायक होता आणि मला पहिली कुठली गोष्ट हवी असेल तर ती म्हणजे लवकरात लवकर घरी पोहोचणे. पण मुंबई पोलिसांचा अजेडा काही वेगळाच आहे. त्यांच्यानुसार अंतिम ठिकाणापेक्षा प्रवास महत्वाचा आणि ते सत्य मी पचवावे म्हणून त्यांनी माझं घर ते ऑफिस या रस्त्यावर नाकाबंदी केलीये. दुसरा काहीच पर्याय नसल्याने मी मागे रेलून बसले आणि गेलेल्या दिवसाचे अवलोकन केले. प्रामुख्याने, प्रशासकीय अधिकाऱ्यां सोबतची आजची मीटिंग! गेली ३ वर्षं, एफएम टू रेडीओ वर जी बंधनं आहेत ती काढून टाकून त्याला इतर मिडिया चाच दर्जा द्यावा अशासाठी आम्ही लोक सरकारदरबारी मागणी करतो आहोत. या वेळी आम्हाला कुठे आशेचा किरण दिसला होता की सरकार आम्हाला काही परवानग्या देईल, पण त्यांनी परत धोरणांत दिरंगाई केली. गेली ५ वर्षं ते हेच करतायेत. कारण काय तर काहीतरी अंतर्गत बाबींमुळे! देश आज जो काय आहे तो याच मुळे, मी मनाशी म्हटलं. गुंतवणूकदारांबरोबरची मीटिंग चांगली झाली आणि रिजनल हेड जो जॉब सोडायला निघाला होता तो ही थांबला. काहीतरी थोडं बरं झालं आजच्या दिवसात. मी मनाशी म्हटलं.

मला आणि एचआर हेडला त्या रिजनल हेड च्या डोक्याशी बसून त्याच्या तडका फडकी जाण्याच्या निर्णयाबद्दल चर्चा करायला लागली. सरतेशेवटी त्याचं मन वळवण्यात आम्ही यशस्वी झालो. त्याच्या बायकोला वाटत होते की त्याला या वर्षी प्रमोशन मिळावे आणि तसे न झाल्यास स्वतः चा इगो जपण्यासाठी त्याने जॉब सोडावा. (त्याला स्वतः ला जॉब अजिबात सोडायचा नव्हता). अर्थात हे सगळं हळू हळू बाहेर आलं. त्यासाठी आम्हाला खूप लढावं लागल. करायला लागले. त्याला समजावल्यानंतर पुढचा एक तास आम्हाला त्याचा दुखावला गेलेला इगो सुखावण्यात घालवावा लागला. आता आम्ही आमच्या ऑफिस मधे कौटुंबिक–दिवस सुरु केलाय जेणेकरून कर्मचाऱ्यांच्या घरच्यांना आपला नवरा, मुलगा, वडील किती चांगल्या वातावरणात काम करतात याची कल्पना येईल.

तेवढ्यात फोन वाजतो. फोनवर सिद. कुठे आहेस आई? लवकर ये. आपल्याला ईव्हीईडी चे प्रोजेक्ट संपवायचे आहे. अनिल च्या घरून दोन स्पिकर्स आणलेत तू?

''ओह, नो!'' मी पूर्णपणे विसरले आणि आता मागे फिरून जाणे या ट्राफिक जाम मधे अशक्य आहे.

मी माझ्या आई ला फोन करत, ''आई कुठे आहेस तू? सिद ला त्याच्या प्रोजेक्ट्स साठी दोन स्पिकर्स हवेत आणि माझ्याकडे नाहीत ते.'' माझ्या आवाजातील थरथर वाढली.

आईच्या शांत आवाजाने माझी काळजी कमी झाली. विज्ञानाची शिक्षिका असल्याने ती काड्यापेटी, वायर वगैरे काहीतरी करून स्पिकर्स तयार करेल, मला माहित होतं.

दुसरा फोन नवऱ्याचा, जो आज माझ्या आधी घरी पोहोचलाय. मी शक्य तितक्या नाट्यमय पद्धतीने त्याला माझ्या सद्य परिस्थितीचे वर्णन करून सांगते. तो ही सहानुभूतीच्या स्वरात माझे सांत्वन करतो. ''काही काळजी करू नकोस डार्लिंग, शांत रहा आणि तो पर्यंत तुझा इमेल चा बॅकलॉग संपवून टाक. मी मस्त ड्रिंक आणि डिनर तयार ठेवतो. तू पोहोच. सी यू!''

नंतर रात्री, मी इतक्या वर्षांच्या करिअर मधल्या प्रवासाचा आणि आजच्या कठीण दिवसाचा विचार करता मला असे जाणवले की खरंच हे सगळं इतकं लायक आहे?

वीस वर्षांची नोकरी, मुंबई सारखं शहर, कठीण बॉसेस, स्वमग्न कनिष्ठ आणि गुंतवणूकदार. ह्या सगळ्या विरुध्द घरचे शांत आणि आरामाचे आयुष्य, पूर्ण कुटुंबाला वाहिलेले. कुठलं बरंय असा विचार मनात कधीतरी येतो.

पण मग आई जेव्हा तिच्या नव्या शेजाऱ्याला माझ्याबद्दल सांगताना तिच्या चेहऱ्यावर असलेलं कौतुक, जेव्हा सिद म्हणतो, ''आई मी पण तू आणि बाबा सारखी कंपनी चालवणार आहे'' किंवा मग कुठल्यातरी माजी कर्मचाऱ्याचे कौतुकाने भरलेले पत्र,असं सगळं गाठीशी असतांना काय करायचे?

गेल्या वीस वर्षांतले हे डेबिट आणि क्रेडीट पाहता, मला वाटतं क्रेडीट बेलन्स च जास्त आहे.

उच्छ्वास टाकून, पाठ फिरवून मी झोपी जाते.

आईगं! पहाटे ५. ३० गजर वाजतो....... परत एकदा......

ऋणनिर्देश

खालील सर्व लोकांना माझे धन्यवाद. हे पुस्तक त्यांच्या पाठिंब्याशिवाय होवू शकलं नसतं.

रचना कंवर, मैत्रीण, पहिली अनुयायी आणि सहकारी. तिचा विश्वास, त्यामुळे हे पुस्तक सत्यात उतरू शकलं.

कार्तिक कल्ला आणि 'इलेव्हन बँडवर्क्स' चे अभिषेक डे – पुस्तकाचे कव्हर करण्यासाठी असलेली त्याची आवडआणि सहनशीलता.

वर्षा ओझा– पुस्तकाच्या वितरणाची जबाबदारी समर्थपणे पेलल्याबद्दल

अन्विता नाथ, स्वाती रिषी, रचिता वैद, आयेशा माल्निका, आदित्य गोन्साल्वीस, हृषीकेश गंगोली, कनुप्रिया अगरवाल, अर्चना पनिया, स्निग्धा नंदन आणि किरत ग्रेवाल –त्यांचं सर्जनशील आणि डिजिटल बळ यामागे लावल्याबद्दल !

प्रदीप्ता सरकार, संपादक आणि रुपा पब्लिकेशन ची संपूर्ण टीम पुस्तकाचा संपूर्ण ताबा घेतल्याबद्दल !

सत्यनारायण मूर्थी आणि बिनॉय जोसेफ – माझा ब्लॉग www.womenatwork.co.in तयार केल्याबद्दल !

उदय आणि कांचन पुरोहित, नितीन करकरे आणि सुजाता बाजपाई, दिव्या ओबेरॉय, सतीश चंदर, अशीत कुकिअन, अनिल डिमरी, अंबर बसू, शैलेश कपूर आणि विशेषतः आशिष घरडे–त्यांच्या पाठंब्यासाठी, उपयुक्त सूचना देण्यासाठी आणि माझ्या पाठीशी उभे राहिल्या बद्दल!

सगळ्या माझ्या अवती–भोवती असलेल्या, माझ्या आनंदाला कारणीभूत असलेल्या बायका – अर्पिता मेनन, न्यानदा चौधरी, निधी लाल, संघमित्रा घोष, सागरिका कंथारिया, रेश्मा खालिद, दीपा दवे, कल्पना राव, विशाखा सिंग, सविता

मथाई, नीता हेमदेव, प्रवीण मल्होत्रा आणि अनुराधा प्रसाद.

रेडीओ सिटी ९१.१ FM आणि IVF मधील माझे सगळे सहकारी.

आमच्या programming Divas – अनुरिता पटेल, जींनी महाजन, माया अय्यर आणि मीनल संझगिरी. त्याचबरोबर राजीव पटेल यांना हे पुस्तक जास्तीत जास्त लोकांपर्यंत पोहोचेल याची दक्षता घेतल्याबद्दल.

पीटर फर्नांडीस –ऑफिस मधले आयुष्य सुसह्य बनविल्याबद्दल.

माझी सासू– तिच्या मुलांना एवढं चांगलं वाढविल्याबद्दल.

स्कॅम्पर– आम्हाला निर्व्याज प्रेम काय असतं ते शिकवल्याबद्दल.

आणि शेवटी, आई, संजय आणि सिद्धार्थ – ज्यांच्याशिवाय आयुष्यात काहीच करणे शक्य नव्हते !

www.ingramcontent.com/pod-product-compliance
Lightning Source LLC
Chambersburg PA
CBHW031203260626
47169CB00004B/1230
9789383572342